இன்று இவர் நாளை நாம்

(படைப்பாளர்களும் படைப்புகளும்)

செ.நடராஜன் செல்லம்

தொகுப்பாளர்

ஏலே பதிப்பகம்

செ. நடராஜன்செல்லம்

ஜி. நாகராஜன்
பெருமாள்முருகன்

வெ. இறையன்பு (*Dr V. Irai Anbu, IAS*)

கல்கி (ரா. கிருஷ்ணமூர்த்தி)

கி. வா. ஜகந்நாதன்

எஸ். ராமகிருஷ்ணன்

அகிலன் என்று அறியப்படும் பி. வி. அகிலாண்டம்

ஜெயகாந்தன் (1934 - 2015)

சிவசங்கரி

சாரு நிவேதிதா 1953)

அ. வெண்ணிலா (*A. Vennila*,1971)

ஜெயமோகன் (Jeyamohan)

சுந்தர ராமசாமி,(1931-2005)

பொன்னீலன்.. 1940

M.V.வெங்கட்ராம் (1920-2000)

இன்குலாப் (1944-2016)

சிற்பி பாலசுப்பிரமணியம்

மா.இராமலிங்கம் (1939)

ஈரோடு தமிழன்பன்

இன்று இவர் நாளை நாம்

தானியல் செல்வராசு

ஜோ டி குரூஸ் (Joe D Cruz) 1963.

நாஞ்சில் நாடன் (1947)

ஆ. மாதவன் (A. Madhavan, 1934 - 2021)

இமையம்

சு. சமுத்திரம் (1941 - 2003)

கு. அழகிரிசாமி 1923 -1970

நா.பார்த்தசாரதி

ராஜம் கிருஷ்ணன்   (1925 -2014

தொ. மு. சிதம்பர ரகுநாதன், (1923 - 2001)

அம்பை

எம். எஸ். அப்துல் காதர் (1954 - 2017)

பா. ராகவன் (1971)

வண்ணதாசன்

நா. சொக்கன்

நீல பத்மநாபன்

சோ. தர்மன் (1952)

கர்ணன் (1938 - 2020)

செ. நடராஜன்செல்லம்

ரா. கி. ரங்கராஜன் (1927-2012)

விக்ரமாதித்யன் (1947)

சுப்பராவ்

ஆதவன் (1942)

கு. ப. ராஜகோபாலன்

பிரபஞ்சன் (1945 - 2018)

மு. மேத்தா

பாலகுமாரன் (1946 - 2018)

மா. நன்னன் (1924 -2017)

உ. வே. சாமிநாதர்

கா. உதயசங்கர் (1960)

சுஜாதா (1935 -   2008)

வைரமுத்து (1953),

தேவன் அல்லது ஆர். மகாதேவன்

வி. கிருஷ்ணமூர்த்தி

முன்னுரை

அன்புள்ளம் கொண்ட நண்பர்களுக்கும் என் இனிய
உறவுகளுக்கும் மிகப்பெரிய வணக்கம் நான் புதுக்கோட்டை
மாவட்டம் அறந்தாங்கி என்ற ஊரில் பிறந்து அங்குதான்
பட்டப்படிப்பை முடித்து அதன் பிறகு வேலையை தேடி
சென்னை வந்து சேர்ந்தேன்..

என் பெற்றோர்கள்

வெ.செல்லம்

சுசீலா மங்களம்..

என் மனைவி ந. ஹரிதா

என் மகன் ந. பூஜித்...

நான் படிக்கும் காலங்களில் புத்தகம் வாசிப்பது எனக்கு
பழக்கமாக இருந்து வந்தது. அதை சென்னை வந்தவுடன்
மேலும் அதிகமாக படிக்கும் பழக்கதை ஏற்படுத்திக்
கொண்டேன். புத்தக கண்காட்சிக்கு தவறாமல் சென்று
வந்தாலும் அக்காலகட்டதில் புத்தகங்கள் வாங்கி
வாசிப்பதற்க்கான வசதி இல்லாமல் இருந்தாலும் அதைப்
பார்த்துவிட்டு வருவது எனக்கு அலாதியான விருப்பம்
இப்படித்தான் எனது புத்தகத்தின் மீதான தீராக்காதல்
ஆரம்பமானது.

செ. நடராஜன்செல்லம்

சமீப காலங்களாக முகநூலில் "வாசிப்பை நேசிப்போம்" குழுவில் இணைந்ததன் மூலம் இன்னும் அதிகமான புத்தகங்களின் அறிமுகமும், அதன் மீதான தேடலும் என் வாசிப்புக் காதலை அதிகப்படுத்திக் கொள்ள காரணமாக அமைந்தது.

புத்தகம் என்றால் ஒரு சில பிரபல எழுத்தாளர்கள் தான் எனக்கு அதிகப்படியாக அறிமுகமாக இருந்தார்கள். ஒரு சிந்தனை நாமும் பல எழுத்தாளர்களை தெரிந்து கொள்வோம் நாம் தெரிந்து

கொண்டதை ஒரு சிலருக்காவது தெரியப்படுத்திக் கொள்ள வாய்ப்பு ஏற்படுத்தினால் என்ன? என்ற சிந்தனையின் வெளிப்பாடு தான் எழுத்தாளர்களையும் அவர்களது படைப்புகளைப் பற்றியும் "இன்று இவர்.. தினம் ஒருவர்"

என்று தினந்தோறும் ஒரு எழுத்தாளர்கள் பற்றியும் அவர்களின் படைப்புகளை பற்றியும் என்னால் முடிந்ததை தேடி முகநூலில் பதிவு செய்து வந்தேன். அதனை ஒரு தொகுப்பாக வெளியிடலாமே

என்று பல நண்பர்கள் அறிவுறுத்தினார்கள் அதைத்தான் தொகுத்து புத்தகமாக வெளியிட ஆர்வம் வந்தது. இது ஆரம்பம்தான் மீண்டும் மீண்டும் இன்னும் பல நிகழ்வுகளை தொகுத்து வழங்க ஆர்வமாக உள்ளேன். அதிலும் எனக்கு

இன்று இவர் நாளை நாம்

உறுதுணையாக என் "வாசிப்பை நேசிப்போம்" குழு
பக்கபலமாக இருக்கும் என்று எண்ணுகிறேன்.. நான்
எடுக்கும் எல்லா முயற்சிகளுக்கும் எனக்கு உறுதுணையாக
உள்ள என் மனைவி ந. ஹரிதா அவர்களுக்கு இந்த
தருணத்தில் மிக்க நன்றியை தெரிவித்துக் கொள்கிறேன்...

அதுபோல் "வாசிப்பை நேசிப்போம்" குழு நண்பர்களுக்கும்
மிக்க நன்றி

இப்படிக்கு
செ.நடராஜன்செல்லம்.. B.B.A
சென்னை

nagunar@yahoo.co.in
9884494806

செ. நடராஜன்செல்லம்

ஜி. நாகராஜன்

ஜி. நாகராஜன்

(1929- 1981) தமிழ்ச் சிறுகதை எழுத்தாளர். பொதுவாக இலக்கியத்தால் கவனிக்கப்படாத விளிம்புநிலை மனிதர்களான பாலியல் தொழிலாளர்களையும் அவர்களுக்கான தரகர்களையும் கதைகளுக்குள் கொண்டு வந்தவர்...

இவர் சென்னையில் பணியாற்றிய காலகட்டத்தில் அவருக்கு அரசியல் ஈடுபாடு ஏற்பட்டது. இடதுசாரிக் கொள்கைகளில்

கவரப்பட்ட இவர் மதுரையில் கல்லூரியில் பணியாற்றிய போது இடதுசாரி கட்சிக்கான அரசியலில் முழுநேர ஈடுபாடு ஏற்பட்டது. கம்யூனிச சிந்தனையாளர்கள் பலருடனும் தொடர்பு வைத்துக் கொண்டார்.

கல்லூரியில் மிகச்சிறந்த ஆசிரியராக விளங்கிய இவரை ஆராய்ச்சிப் படிப்புக்காக அமெரிக்காவிற்கு அனுப்ப கல்லூரி நிர்வாகம் திட்டமிட்டது. ஆனால் அவர் இடதுசாரி இயக்கத்தில் சேர்ந்து வேலையை துறந்து முழுநேர கட்சி ஊழியராக ஆனார்.

தனியார் பயிற்சிக் கல்லூரிகளில் ஆசிரியராகப் பணியாற்றியபடி அவர் கட்சி வேலைகளில் ஈடுபட்டு வந்தார்.

இவர் முறையாக எழுதியவர் அல்ல. ஆங்காங்கே எழுதி எவரிடமாவது கொடுத்துவிட்டுச் செல்லும் வழக்கம் அவருக்கு இருந்தது. 1950 முதலே சிறுகதைகள் எழுதியிருக்கிறார். 1957ல் ஜனசக்தி மாத இதழில் "அணுயுகம்" என்ற கதையை எழுதியதும் புகழ் பெற்றார். பித்தன் பட்டறை என்ற பதிப்பகம் வழியாக "குறத்திமுடுக்கு" என்ற குறுநாவலை வெளியிட்டார்.

நாவல்கள்

- நாளை மற்றும் ஒரு நாளே,
- குறத்தி முடுக்கு.

சிறுகதைகள்

- எங்கள் ஊர்
- டெர்லின் ஷர்ட்டும் எட்டுமுழ வேட்டியும் அணிந்த மனிதர்
- யாரோ முட்டாள் சொன்ன கதை
- தீராக் குறை
- சம்பாத்தியம்
- பூர்வாசிரமம்
- அக்கினிப் பிரவேசம்
- நான் புரிந்த நற்செயல்கள்
- கிழவனின் வருகை
- பூவும் சந்தனமும்
- ஜீரம்
- போலியும் அசலும்
- துக்க விசாரனை
- மனிதன்
- இலட்சியம்
- ஓடிய கால்கள்
- நிமிஷக் கதைகள்

பெருமாள்முருகன்

பெருமாள்முருகன்

(பி. 1966) ஒரு தமிழ் எழுத்தாளர். இவர் நாமக்கல் மாவட்டம் திருச்செங்கோடு வட்டம் கூட்டப்பள்ளியில் பிறந்தவர். தமிழ் வட்டார நாவலின் முன்னோடியாகிய எழுத்தாளர் ஆர். சண்முகசுந்தரம் குறித்து ஆய்வு செய்து தமிழ் இலக்கியத்தில் முனைவர் பட்டம் பெற்றவர்.. இளமுருகு என்னும் பெயரில் கவிதைகள் எழுதியுள்ளார்...

செ. நடராஜன்செல்லம்

காலச்சுவடு இதழின் ஆசிரியர் குழுவில் ஒருவராக
இருந்தார். மனஓசை, குதிரைவீரன் பயணம் ஆகிய
இதழ்களின் ஆசிரியர் குழுவில் பணியாற்றி உள்ளார்.
இவரது ஒன்பது நாவல்கள் ஆங்கிலத்தில்
மொழிபெயர்க்கப்பட்டுள்ளன.
மலையாளம், கன்னடம், தெலுங்கு, மராத்தி, இந்தி
உள்ளிட்ட இந்திய மொழிகள் பலவற்றில் மாதொருபாகன்
நாவல் மொழிபெயர்க்கப்பட்டுள்ளது.
சமான்வே பாஷா சம்மான்
விளக்கு விருது 2012
கஸ்தூரி சீனிவாசன் அறக்கட்டளை விருது 2013
கதா விருது 2000
கனடா இலக்கியத் தோட்ட விருது - அபுனைவுப் பிரிவு 2011
சிகேகே அறக்கட்டளை விருது
அமுதன் அடிகள் விருது
மணல் வீடு விருது
களம் விருது
திருப்பூர் தமிழ்ச்சங்க விருது
லில்லி தேவசிகாமணி அறக்கட்டளை விருது
தேவமகள் விருது.

நாவல்கள் தொகுப்பு

ஏறுவெயில்-1991
நிழல்முற்றம்-1993
கூளமாதாரி-2000

இன்று இவர் நாளை நாம்

கங்கணம்-2007

மாதொருபாகன்-2010

ஆளண்டாப்பட்சி - 2012

பூக்குழி - 2013

ஆலவாயன் - 2014

அர்த்தநாரி - 2014

பூனாச்சி அல்லது ஒரு வெள்ளாட்டின் கதை - 2016

கழிமுகம் - 2018

சிறுகதைத் தொகுப்புகள்

திருச்செங்கோடு-1994

நீர் விளையாட்டு-2000

பீக்கதைகள்-2006

வேப்பெண்ணெய்க் கலயம் - 2012

பெருமாள்முருகன் சிறுகதைகள் - 2016

மாயம் - 2020

கவிதைத் தொகுப்புகள்.

நிகழ் உறவு-1991

கோமுகி நதிக்கரைக் கூழாங்கல்-2000

நீர் மிதக்கும் கண்கள்-2005

வெள்ளிசனிபுதன் ஞாயிறுவியாழன்செவ்வாய் - 2012

கோழையின் பாடல்கள் - 2016

மயானத்தில் நிற்கும் மரம் - 2016

செ. நடராஜன்செல்லம்

அகராதி தொகுப்பு

கொங்கு வட்டாரச் சொல்லகராதி 2000

கட்டுரைகள் தொகுப்பு

ஆர்.சண்முகசுந்தரத்தின் படைப்பாளுமை-2000

துயரமும் துயர நிமித்தமும்-2004

கரித்தாள் தெரியவில்லையா தம்பி-2007

பதிப்புகள் மறுபதிப்புகள்-2011

கெட்ட வார்த்தை பேசுவோம்-2011

வான்குருவியின் கூடு - 2012

நிழல்முற்றத்து நினைவுகள் - 2012

சகாயம் செய்த சகாயம் - 2014

நிலமும் நிழலும் - 2018

தோன்றாத்துணை - 2019

மனதில் நிற்கும் மாணவர்கள் - 2021

மொழிபெயர்ப்புகள்.

SEASONS OF THE PALM 2004 (கூளமாதாரி நாவலின் ஆங்கில மொழிபெயர்ப்பு: வ.கீதா)

CURRENT SHOW 2004 (நிழல்முற்றம் நாவலின் ஆங்கில மொழிபெயர்ப்பு: வ.கீதா)

ONE PART WOMAN 2013 (மாதொருபாகன் நாவலின் ஆங்கில மொழிபெயர்ப்பு : அனிருத்தன் வாசுதேவன்)

PYRE (பூக்குழி நாவலின் ஆங்கில மொழிபெயர்ப்பு : அனிருத்தன் வாசுதேவன்) 2015

A Goat Thief (பத்துச் சிறுகதைகளின் மொழிபெயர்ப்பு : கல்யாண்ராமன்) 2017

POONAACHI OR STORY OF A BLOCK GOAT (பூனாச்சி அல்லது ஒரு வெள்ளாட்டின் கதை நாவலின் ஆங்கில மொழிபெயர்ப்பு : கல்யாண்ராமன்) 2017

A Lonely harvest (ஆலவாயன் நாவலின் ஆங்கில மொழிபெயர்ப்பு: அனிருத்தன் வாசுதேவன்) 2018

Trail by silence (அர்த்தநாரி நாவலின் ஆங்கில மொழிபெயர்ப்பு: அனிருத்தன் வாசுதேவன்) 2018

A black coffee in a coconut shell (சாதியும் நானும் நூலின் ஆங்கில மொழிபெயர்ப்பு: அம்பை) 2017

Amma (தோன்றாத்துணை நூலின் ஆங்கில மொழிபெயர்ப்பு: நந்தினி முரளி, கவிதா முரளிதரன்) 2019

Rising Heat (ஏறுவெயில் நாவலின் ஆங்கில மொழிபெயர்ப்பு: ஜனனி கண்ணன்) 2020

Estuary (கழிமுகம் நாவலின் ஆங்கில மொழிபெயர்ப்பு : நந்தினி கிருஷ்ணன்) 2020

பதிப்புகள் தொகுப்பு

கொங்குநாடு (தி.அ.முத்துசாமிக் கோனார்)

நாமக்கல் தெய்வங்கள்

பறவைகளும் வேடந்தாங்கலும் (மா.கிருஷ்ணன்)

சாதியும் நானும் (அனுபவக் கட்டுரைகளின் தொகுப்பு)

செ. நடராஜன்செல்லம்

கு.ப.ரா. சிறுகதைகள் (முழுத் தொகுப்பு)

தொகுப்பாசிரியர் தொகு

பிரம்மாண்டமும் ஒச்சமும்

உடைந்த மனோரதங்கள்

சித்தன் போக்கு (பிரபஞ்சன்)

கொங்குச் சிறுகதைகள்

தலித் பற்றிய கொங்குச் சிறுகதைகள்

உ.வே.சா. பன்முக ஆளுமையின் பேருருவம்

தீட்டுத்துணி (அறிஞர் அண்ணா)

வெ. இறையன்பு *(Dr V. Irai Anbu, IAS)*

வெ. இறையன்பு *(Dr V. Irai Anbu, IAS)* என்பவர் ஒர் இந்திய ஆட்சிப் பணி அதிகாரியாவார். எழுத்தாளர், கல்வியாளர், தன்னம்பிக்கை பேச்சாளர் என இவருக்கு பல முகங்கள் உண்டு.

நடுத்தரக் குடும்பத்திலிருந்து வந்த இறையன்பு பள்ளிக்காலம் தொட்டே அர்த்தமுள்ள வாழ்க்கையை வாழ வேண்டும் என்ற உயரிய நோக்கத்துடன் தன்னை மாற்றிக்கொண்டார்.

செ. நடராஜன்செல்லம்

இவருடைய திறமை மற்றும் அனுபவம் காரணமாக நேபாளத்தில் ஏற்பட்ட நிலநடுக்கத்திற்குப் பின்னால் அதன் மறுசீரமைப்புப் பணிகளைக் கையாளுவதற்காக அந்நாட்டு திட்டக்குழுவின் ஆலோசகராக அழைக்கப்பட்டார். 2021 ஆம் ஆண்டு மே 7 ஆம் நாள் மு. க. ஸ்டாலின் தலைமையிலான ஆட்சியில் இறையன்பு தமிழக அரசின் தலைமைச் செயலாளராக நியமிக்கப்பட்டார்.

- விவசாயத்தில் இளங்கலைப் பட்டம்
- வணிக மேலாண்மையில் முதுகலைப் பட்டம்
- ஆங்கில இலக்கியத்தில் முதுகலைப் பட்டம்
- தொழிலாளர் மேலாண்மையில் முதுகலைப் பட்டம்
- உளவியலில் முதுகலைப் பட்டம்
- வர்த்தக நிர்வாகத்தில் முனைவர் பட்டம்
- ஆங்கில இலக்கியத்தில் முனைவர் பட்டம்
- மேலாண்மையில் முதுமுனைவர் பட்டம்
- இந்தி மொழியில் பிரவீன்
- சமஸ்கிருதத்தில் கோவிதஹா
- *விவசாய இளங்கலைப் பட்டத் தேர்வில் பல்கலைக்கழகத்திலேயே முதல் மாணவராகத் தேர்ச்சி பெற்றார்.*

- *1987-இல் நடைபெற்ற குடியுரிமைப் பணித் தேர்வில் அனைத்திந்திய அளவில் 15-ஆவது இடத்தையும், தமிழக அளவில் முதல் இடத்தையும் பிடித்தார்.*

இலக்கியத்தில் மேலாண்மை

- ஐ.ஏ.எஸ். தேர்வும் அணுகுமுறையும்
- படிப்பது சுகமே
- சிற்பங்களைச் சிதைக்கலாமா
- பணிப் பண்பாடு
- ஆத்தங்கரை ஓரம்
- சாகாவரம்
- வாய்க்கால் மீன்கள்
- நரிப்பல்
- Steps to Super Student
- சிம்மாசன சீக்ரட்
- துரோகச் சுவடுகள்
- ஏழாவது அறிவு பாகம்-1
- ஏழாவது அறிவு பாகம்-2
- ஏழாவது அறிவு பாகம்-3
- அரிதாரம்
- ஐ.ஏ.எஸ். வெற்றிப் படிக்கட்டுகள்
- பூபாளத்திற்கொரு புல்லாங்குழல்

செ. நடராஜன்செல்லம்

- அழகோ அழகு
- சின்னச் சின்ன வெளிச்சங்கள்
- உள்ளொளிப் பயணம்
- ஓடும் நதியின் ஓசை பாகம்-1
- ஓடும் நதியின் ஓசை பாகம்-2
- மென்காற்றில் விளை சுகமே
- முகத்தில் தெளித்த சாரல்
- முடிவு எடுத்தல்
- நேரம்
- காகிதம்
- வனநாயகம்
- வரலாறு உணர்த்தும் அறம்
- ஆர்வம்
- ஆணவம்
- மருந்து
- மழை
- திருவிழாக்கள்
- இணையற்ற இந்திய இளைஞர்களே
- ரயில் பயணம்
- விவாதம்
- பொறுமை
- எது ஆன்மிகம்
- வைகை மீன்கள்

இன்று இவர் நாளை நாம்

- பூனாத்தி
- வேடிக்கை மனிதர்கள்
- முதல் தலைமுறை
- நெஞ்சைத் தொட்டதும் சுட்டதும்
- வாழ்க்கையே ஒரு வழிபாடு
- சறுக்கு மரம்
- உழைப்பால் உயர்வோம்
- சின்னச் சின்ன மின்னல்கள்
- திருப்பாவைத் திறன்
- திருவெம்பாவை
- அன்புள்ள மாணவனே
- உச்சியிலிருந்து தொடங்கு
- தர்மம்
- இயற்கை
- மலர்கள்
- முதிர்ச்சி
- நட்பு
- தரிசனம்
- சந்தித்ததும் சிந்தித்ததும்
- Ancient Yet Modern - Management Concepts in Thirukkural
- சுய மரியாதை

செ. நடராஜன்செல்லம்

- இல்லறம் இனிக்க
- எது சரியான கல்வி
- அச்சம் தவிர்
- அவ்வுலகம்
- நின்னிலும் நல்லன்
- போர்த்தொழில் பழகு
- பத்தாயிரம் மைல் பயணம்
- வையத் தலைமைகொள்
- சிதறு தேங்காய்
- வியர்வைக்கு வெகுமதி
- மேலே உயரே உச்சியிலே
- மனிதன் மாறிவிட்டான்
- உன்னோடு ஒரு நிமிஷம்
- எப்போதும் இன்புற்றிருக்க
- உலகை உலுக்கிய வாசகங்கள்
- கேள்வியும் நானே பதிலும் நானே
- செய்தி தரும் சேதி
- Comparing Titans - Thiruvalluvar and Shakespeare
- Random Thoughts
- Effective Communication : The Kambar Way
- கல்லூரி வாழ்க்கை
- நினைவுகள்
- பிரிவு

இன்று இவர் நாளை நாம்

- சேமிப்பு
- சிக்கனம்
- சுத்தம்
- தாமதம்
- தவம்
- தூக்கம்
- உடல்
- காதல்
- கருணை
- தனிமை
- வாழ்க்கை
- வைராக்கியம்
- அழகு
- நம்பிக்கை
- மூளைக்குள் சுற்றுலா
- காற்றில் கரையாத நினைவுகள்
- நமது அடையாளங்களும் பெருமைகளும்

செ. நடராஜன்செல்லம்

கல்கி (ரா. கிருஷ்ணமூர்த்தி)

கல்கி (ரா. கிருஷ்ணமூர்த்தி)

கல்கி

(1899 -1954) புகழ் பெற்ற தமிழ் எழுத்தாளர் ஆவார். இவர் இயற்பெயர் ரா. கிருஷ்ணமூர்த்தி. 35 சிறுகதைத் தொகுதிகள், புதினங்கள், கட்டுரைகள், பயணக்கட்டுரைகள் மற்றும் வாழ்க்கை வரலாற்று நூல்களை எழுதியுள்ளார். எனினும், மிகச் சிறந்த சமூக மற்றும் வரலாற்றுப் புதினங்களை எழுதியதற்காக பரவலாக அறியப்படுகிறார்.

இன்று இவர் நாளை நாம்

இவர் எழுதிய பொன்னியின் செல்வன் புதினம் மிகப் புகழ் பெற்றதாகும். தன் படைப்புகள் மூலம் இந்திய தேசிய விடுதலை போராட்டத்திற்கும் பங்களித்திருக்கிறார். தியாகபூமி புதினம் திரைப்படமாகவும் எடுக்கப்பட்டது...1921-ல் மகாத்மா காந்தியடிகள் ஒத்துழையாமை இயக்கத்தைத் துவங்கிய போது, அவரது

கருத்துக்களால் ஈர்க்கப்பட்டு கல்கி தனது பள்ளிப்படிப்பைப் பாதியில் துறந்து இந்திய தேசிய காங்கிரஸ் கட்சியில் சேர்ந்தார்..

1922-ல் சுதந்திரப் போராட்டத்தில் பங்குபெற்றதற்காக ஓராண்டு சிறைத் தண்டனை அனுபவித்தார். 1923-ல் அவர் நவசக்தி என்னும் பத்திரிக்கையின் துணை ஆசிரியராகப் பணியாற்றினார். அவருடைய முதல் புத்தகம் ஏட்டிக்குப் போட்டி 1927-ல் வெளியானது...

சமஸ்கிருதமும் தியாகராஜரின் தெலுங்கு கீர்த்தனைகளும் பிரபலமாக இருந்து வந்த அக்காலகட்டத்தில் தமிழிசைக்காக கல்கி சதாசிவம் மற்றும் எம். எஸ். சுப்புலட்சுமியுடன் இணைந்து பாடுபட்டார் கல்கி..

சாகித்திய அகாதமி விருது, 1956 - அலை ஓசை

படைப்புகள்

கள்வனின் காதலி (1937)

தியாகபூமி (1938-1939)

மகுடபதி (1942)

அபலையின் கண்ணீர் (1947)

சோலைமலை இளவரசி (1947)

அலை ஓசை (1948)

தேவகியின் கணவன் (1950)

மோகினித்தீவு (1950)

பொய்மான் கரடு (1951)

புன்னைவனத்துப் புலி (1952)

அமரதாரா (1954)

வரலாற்று புதினங்கள்

பார்த்திபன் கனவு (1941-1943)

சிவகாமியின் சபதம்

 (1944 - 1946)

பொன்னியின் செல்வன் (1951 - 1954)

சிறுகதைகள் தொகுப்பு

சுபத்திரையின் சகோதரன்

ஒற்றை ரோஜா

தீப்பிடித்த குடிசைகள்

புது ஓவர்சியர்

வஸ்தாது வேணு

அமர வாழ்வு

சுண்டுவின் சந்நியாசம்

திருடன் மகன் திருடன்

இன்று இவர் நாளை நாம்

இமயமலை எங்கள் மலை

பொங்குமாங்கடல்

மாஸ்டர் மெதுவடை

புஷ்பப் பல்லக்கு

பிரபல நட்சத்திரம்

பித்தளை ஒட்டியாணம்

அருணாசலத்தின் அலுவல்

பரிசல் துறை

ஸுசீலா எம். ஏ.

கமலாவின் கல்யாணம்

தற்கொலை

எஸ். எஸ். மேனகா

சாரதையின் தந்திரம்

கவர்னர் விஜயம்

நம்பர்

ஒன்பது குழி நிலம்

புன்னைவனத்துப் புலி

திருவழுந்தூர் சிவக்கொழுந்து

ஜமீன்தார் மகன்

மயிலைக் காளை

ரங்கதுர்க்கம் ராஜா

இடிந்த கோட்டை

மயில்விழி மான்

நாடகக்காரி

"தப்பிலி கப்"

செ. நடராஜன்செல்லம்

கணையாழியின் கனவு

கேதாரியின் தாயார்

காந்திமதியின் காதலன்

சிரஞ்சீவிக் கதை

ஸ்ரீகாந்தன் புனர்ஜன்மம்

பாழடைந்த பங்களா

சந்திரமதி

போலீஸ் விருந்து

கைதியின் பிரார்த்தனை

காரிருளில் ஒரு மின்னல்

தந்தையும் மகனும்

பவானி, பி. ஏ, பி. எல்

கடிதமும் கண்ணீரும்

வைர மோதிரம்

வீணை பவானி

தூக்குத் தண்டனை

என் தெய்வம்

எஜமான விசுவாசம்

இது என்ன சொர்க்கம்

கைலாசமய்யர் காபரா

லஞ்சம் வாங்காதவன்

ஸினிமாக் கதை

எங்கள் ஊர் சங்கீதப் போட்டி

ரங்கூன் மாப்பிள்ளை

தேவகியின் கணவன்

இன்று இவர் நாளை நாம்

கி. வா. ஜகந்நாதன்

கி. வா. ஜகந்நாதன் என்றழைக்கப்பட்ட **கிருஷ்ணராயபுரம் வாசுதேவ ஜகந்நாதன்** (1906 -1988) குறிப்பிடத்தக்க தமிழ் இதழாளர், கவிஞர், எழுத்தாளர் மற்றும் நாட்டுப்புறவியலாளர்

இவர் தமிழறிஞர் உ. வே சாமிநாதய்யரின் மாணாக்கராவார். கலைமகள் இதழின் ஆசிரியராகவும் பணியாற்றினார்

1967 இல் இவரது வீரர் உலகம் என்னும் இலக்கிய விமர்சன படைப்பிற்கு சாகித்திய அகாதமி விருது வழங்கப்பட்டது.[3] கம்பன் கழகம் இவரது நினைவாக கி. வா. ஜ பரிசை நிறுவி வழங்கி வருகிறது.

இன்று இவர் நாளை நாம்

1933 இல் இவர் வித்துவான் பட்டம் பெற்றார் 1949 இல் திருமுருகாற்றுப்படை அரசு , 1951 இல் வாகீச கலாநிதி, 1982 இல் இராஜ சர் அண்ணாமலை செட்டியார் நினைவுப்பரிசு ஆகியவற்றைப் பெற்றுள்ளார்

கி. வா. ஜகந்நாதன் எழுதிய நூல்கள்

1. அதிகமான் நெடுமான் அஞ்சி
2. அதிசயப் பெண்
3. அப்பர் தேவார அமுது
4. அபிராமி அந்தாதி
5. அபிராமி அந்தாதி விளக்கம்
6. அமுத இலக்கியக் கதைகள்
7. அழியா அழகு
8. அறப்போர் - சங்கநூற் காட்சிகள்
9. அறுந்த தந்தி
10. அன்பின் உருவம்
11. அன்பு மாலை
12. ஆத்ம ஜோதி
13. ஆரம்ப அரசியல் நூல்
14. ஆலைக்கரும்பு
15. இரத்தினகிரி பாலமுருகன் அந்தாதி
16. இருவிலங்கு
17. இலங்கைக் காட்சிகள்
18. இன்பமலை -சங்கநூற் காட்சிகள்

எஸ். ராமகிருஷ்ணன்

எஸ். ராமகிருஷ்ணன் (ச. இராமகிருட்டினன்) (1966)

என்பவர் தற்காலத் தமிழ்ப் படைப்புலக எழுத்தாளர் ஆவார்.
புதினங்கள், சிறுகதைகள், கட்டுரைகள், நாடகங்கள்,
குழந்தைகளுக்கான ஆக்கங்கள், திரைக்கதை, திரைப்பட
உரையாடல்கள் உள்ளிட்ட படைப்புச் செயற்பாடுகளில்
ஈடுபட்டு வருவதோடு, தனது உரைகள், பத்திகள் மூலமாகச்
சிறந்த இலக்கியங்கள், திரைப்படங்கள் ஆகியவற்றை
அறிமுகப்படுத்தியும் வருகிறார்
இவரது முதல் கதையான "பழைய
தண்டவாளம்" கணையாழியில் வெளியாகியிருக்கிறது.
1984இல் எழுதத் தொடங்கிய இவரது எழுத்துக்கள்

செ. நடராஜன்செல்லம்

ஐம்பதிற்கும் கூடிய எண்ணிக்கையில் நூல்வடிவம்
பெற்றுள்ளன

இவரது சிறுகதைகள் ஆங்கிலம், இடாய்ச்சு, பிரான்சியம்,
கன்னடம், வங்காளம், இந்தி, மலையாளம் உள்ளிட்ட
மொழிகளில் மொழிபெயர்க்கப்பட்டுள்ளன."அட்சரம்" என்ற
இலக்கிய இதழின் ஆசிரியராக இருந்து எட்டு இதழ்கள்
வரை வெளியிட்டிருக்கிறார்

இலக்கியத்தை எல்லா அர்த்தத்திலும் ஒரு வாழ்நாள்
சேவையாக செய்து வருபவர் எஸ். ராமகிருஷ்ணன்"
என்று ஜெயமோகனும், "ஜெயகாந்தன் போல... எஸ்.
ராமகிருஷ்ணனும் தமிழில் ஒரு மிகப்பெரும் இயக்கம்"
என்று மனுஷ்யபுத்திரனும் குறிப்பிட்டுள்ளனர்
புத்தாயிரத்தின் இலக்கியம் - இருபதாம் நூற்றாண்டின்
இறுதிப் பத்து ஆண்டுகளில் தமிழ் நாவல்களின் போக்கு
பற்றி மதிப்பிடுகையில் ந. முருகேச பாண்டியன் "எஸ்.
ராமகிருஷ்ணனின் நெடுங் குருதி, யாமம் ஆகிய
இருநாவல்களிலும் கதைசொல்லலில் தொடர்ச்சியறு
தன்மை நேர்த்தியுடன் வெளிப்பட்டுள்ளது" என்று
கருத்துரைத்துள்ளார்..

- தமிழக முற்போக்கு எழுத்தாளர் சங்கத்தின் சிறந்த
  நாவல் விருது 2001
- ஈரோடு சிகேகே அறக்கட்டளை வழங்கிய சிகேகே
  இலக்கிய விருது 2008

- கோவை கண்ணதாசன் கழகம் வழங்கிய இலக்கிய விருது 2011
- சாகித்ய அகாதமி விருது (சஞ்சாரம் நாவல்

சு.வெங்கடேசனின் காவல் கோட்டம் புதினத்துக்கு இவர் எழுதிய விமர்சனக் கட்டுரை பரவலான கண்டனத்தோடும், ஒருவித வியப்போடும் எதிர்கொள்ளப்பட்டது[15]. பொருள் மயக்கம் தரும் கவனமற்ற உரைநடை, சலிப்பூட்டும் சொல்லாட்சி, இலக்கணப் பிழைகள் உள்ளிட்டவற்றுக்காக இவரது சில ஆக்கங்கள்
விமர்சிக்கப்பட்டதுண்டு சண்டக்கோழி படத்தில் இவர் எழுதியதாகக் கருதப்படும் சர்ச்சைக்குரிய ஒரு வசனத்தால் பெண் படைப்பாளிகளின் கண்டனத்துக்கு ஆளானார்

படைப்புகளின் பட்டியல்

புதினங்கள்

- உப பாண்டவம்(2000)
- நெடுங்குருதி(2003)
- உறுபசி(2005)
- யாமம்(2007)
- துயில்(2010)

செ. நடராஜன்செல்லம்

- நிமித்தம்(2013)
- சஞ்சாரம்(2014) (சாகித்திய அகாதமி விருது பெற்ற நாவல்)
- இடக்கை(2016)
- பதின்(2017)
- ஒரு சிறிய விடுமுறைக்கால காதல்கதை(2019)

சிறுகதைத் தொகுப்புகள்

1. வெளியில் ஒருவன், சென்னை புக்ஸ்
2. காட்டின் உருவம், அன்னம்

- எஸ். ராமகிருஷ்ணன் கதைகள் பாகம் 1,2மற்றும் 3 (2014)
- நடந்துசெல்லும் நீரூற்று(2006)
- பதினெட்டாம் நூற்றாண்டின் மழை(2008)
- அப்போதும் கடல் பார்த்துக்கொண்டிருந்தது(2010)
- நகுலன் வீட்டில் யாருமில்லை(2009)
- புத்தனாவது சுலபம்(2011)
- தாவரங்களின் உரையாடல்(2007)
- வெயிலை கொண்டு வாருங்கள்(2001)
- பால்ய நதி(2003)
- மழைமான்(2012)

இன்று இவர் நாளை நாம்

- குதிரைகள் பேச மறுக்கின்றன(2013)
- காந்தியோடு பேசுவேன்(2013)
- என்ன சொல்கிறாய் சுடரே(2015)

கட்டுரைத் தொகுப்புகள்

- விழித்திருப்பவனின் இரவு(2005)
- இலைகளை வியக்கும் மரம்(2007)
- என்றார் போர்ஹே(2009)
- கதாவிலாசம்(2005)
- தேசாந்திரி(2006)
- கேள்விக்குறி(2007)
- துணையெழுத்து(2004)
- ஆதலினால்(2008)
- வாக்கியங்களின் சாலை(2002)
- சித்திரங்களின் விசித்திரங்கள்(2008)
- நம் காலத்து நாவல்கள்(2008)
- காற்றில் யாரோ நடக்கிறார்கள்(2008)
- <u>கோடுகள் இல்லாத வரைபடம்</u> - உலகம் சுற்றிய பயணிகளைப் பற்றிய கட்டுரைகள்
- மலைகள் சப்தமிடுவதில்லை(2009)
- வாசகபர்வம்(2009)
- சிறிது வெளிச்சம்(2010)
- காண் என்றது இயற்கை(2010)

- செகாவின்மீது பனி பெய்கிறது(2010)
- குறத்தி முடுக்கின் கனவுகள்(2010)
- என்றும் சுஜாதா(2011)
- கலிலியோ மண்டியிடவில்லை(2011)
- சாப்ளினுடன் பேசுங்கள்(2011)
- கூழாங்கற்கள் பாடுகின்றன(2011)
- எனதருமை டால்ஸ்டாய்(2011)
- ரயிலேறிய கிராமம்(2012)
- ஆயிரம் வண்ணங்கள்(2016)
- பிகாசோவின் கோடுகள்(2012)
- இலக்கற்ற பயணி(2013)

திரைப்படம் குறித்த நூல்கள்

- பதேர் பாஞ்சாலி - நிதர்சனத்தின் பதிவுகள்(2006)
- அயல் சினிமா(2007)
- உலக சினிமா(2008)
- பேசத்தெரிந்த நிழல்கள்(2009)
- சாப்ளினோடு பேசுங்கள்(2011)
- இருள் இனிது ஒளி இனிது(2014)
- பறவைக் கோணம்(2012)
- சாமுராய்கள் காத்திருக்கிறார்கள்(2013)
- நான்காவது சினிமா(2014)
- குற்றத்தின் கண்கள்(2016)

- காட்சிகளுக்கு அப்பால்(2017)

குழந்தைகள் நூல்கள்

- ஏழு தலைநகரம் கதைகள்(2005)
- கிறு கிறு வானம்(2006)
- கால் முளைத்த கதைகள்(2006)
- நீள நாக்கு(2011)
- பம்பழாபம்(2011)
- எழுத தெரிந்த புலி(2011)
- காசு கள்ளன்(2011)
- தலையில்லாத பைய்யன்(2011)
- எனக்கு ஏன் கனவு வருது(2011)
- வானம்
- லாலிபாலே
- நீளநாக்கு
- லாலீப்பலே(2011)
- அக்காடா(2013)
- சிரிக்கும் வகுப்பறை(2013)
- வெள்ளை ராணி(2014)
- அண்டசராசம்(2014)
- சாக்கிரடீஸின் சிவப்பு நூலகம்(2014)
- கார்ப்பனை குதிரை(2014)
- படிக்க் தெரிந்த சிங்கம்(2016)
- மீசை இல்லாத ஆப்பிள்(2016)

- பூனையின் மனைவி(2016)
- இறக்கை விரிக்கும் மரம்(2016)
- உலகின் மிகச்சிறிய தவளை(2016)
- எலியின் பாஸ்வோர்ட்(2017)

உலக இலக்கியப் பேருரைகள்

- ஆயிரத்தொரு அரேபிய இரவுகள்(2013)
- ஹோமரின் இலியட்(2013)
- ஷேக்ஸ்பியரின் மெக்பெத்(2013)
- ஹெமிங்வேயின் கடலும் கிழவனும்(2013)
- தஸ்தாயெவ்ஸ்கியின் குற்றமும் தண்டனையும்(2013)
- லியோ டால்ஸ்டாயின் அன்னா கரீனினா(2013)
- பாஷோவின் ஜென் கவிதைகள்(2013)

வரலாறு[

- எனது இந்தியா
- மறைக்கப்பட்ட இந்தியா

நாடகத் தொகுப்புகள்

- அரவான்(2006)
- சிந்துபாத்தின் மனைவி(2013)
- சூரியனை சுற்றும் பூமி(2013)

நேர்காணல் தொகுப்புகள்

* எப்போதுமிருக்கும் கதை
* பேசிக்கடந்த தூரம்

மொழிபெயர்ப்புகள்

* நம்பிக்கையின் பரிமாணங்கள்(1994)
* ஆலீஸின் அற்புத உலகம்(1993)
* பயணப்படாத பாதைகள்(2003)

தொகை நூல்கள்

* அதே இரவு, அதே வரிகள், (அட்சரம் இதழ்களின் தொகுப்பு)
* வானெங்கும் பறவைகள்

ஆங்கிலத்தில் மொழிபெயர்க்கப்பட்டு வெளிவந்துள்ள நூல்கள்

* Nothing but water
* Whirling swirling sky

பணியாற்றிய திரைப்படங்கள்[

* <u>சண்டைக்கோழி</u>
* பாகுபலி
* ஆல்பம்

- பாபா
- <u>தாம்தூம்</u>
- <u>பீமா</u>
- <u>உன்னாலே உன்னாலே</u>
- கர்ண மோட்சம்
- மோதி விளையாடு
- சிக்கு புக்கு
- அவன் இவன்
- யுவன் யுவதி

பணியாற்றிய குறும்படங்கள்

- கர்ண மோட்சம்(2012)
- தாராமணியில் காரப்பன் பூச்சிகள்(2012)
- மற்றவள்(2014)
- கொக்கரக்கோ(2014)
- வீட்டுக்கணக்கு(2014)
- பிடாறன்(2014)
- வாழ்க்கை(2014)
- திங்கள்(2015)
- ஒரு கோப்பை தண்ணீர்(2015)
- இரு குமிழிகள்(2015)
- கிளீன் போல்ட்(2016)

அகிலன் என்று அறியப்படும் பி. வி. அகிலாண்டம்

அகிலன் என்று அறியப்படும் **பி. வி. அகிலாண்டம்** (1922 -1988) தமிழக எழுத்தாளர் ஆவார். எதார்த்தம் மற்றும் ஆக்கப்பூர்வமான எழுத்து நடைக்கு பெயர் பெற்றவராக அகிலன் அறியப்படுகிறார். அகிலன் ஒரு சுதந்திரப் போராட்ட வீரர் ஆவார். சிறப்புப் பெற்ற புதின ஆசிரியராக, சிறுகதையாளராக, நாடகாசிரியராக, சிறுவர் நூலாசிரியராக, மொழிப்பெயர்ப்பாளராக, கட்டுரையாளராக இவருக்கு பல முகங்கள் உண்டு.

இந்தியா சுதந்திரம் அடைந்த பின்னர் அவர் இரயில்வே அஞ்சல் சேவை பிரிவில் பணியில் சேர்ந்தார், அதன் பிறகு அனைத்திந்திய வானொலி நிலையத்தில் இணைந்து முழுநேர எழுத்தாளராக எழுத்துப் பணியில் ஈடுபட்டார்.

செ. நடராஜன்செல்லம்

இவர் எழுதிய கதைகள் பெரும்பாலும் சிறிய
பத்திரிகைகளில் தோன்ற தொடங்கின.
அகிலன் எழுதிய சித்திரப்பாவை என்ற நாவல் 1975 ஆம்
ஆண்டிற்கான மதிப்பு மிக்க ஞான பீட விருதை வென்றது[1].
இந்நாவல்

அனைத்து இந்திய மொழிகளிலும்
மொழிப்பெயர்க்கப்பட்டுள்ளது. இவர் எழுதிய வேங்கையின்
மைந்தன் என்ற வரலாற்று நாவலுக்கு இந்திய அரசாங்கம்
வழங்கும் தமிழுக்கான சாகித்திய அகாதமி விருது
கிடைத்தது

எங்கே போகிறோம் என்ற தனித்துவமான சமூக அரசியல்
நாவல் 1975 ஆம் ஆண்டில் இவருக்கு ராசா சர்
அண்ணாமலை விருதைப் பெற்றுத் தந்தது

புதினங்கள்[தொகு]

நிகழ்காலப் புதினங்கள்[தொகு]

1. அவளுக்கு
2. இன்ப நினைவு
3. எங்கே போகிறோம் ?
4. கொம்புத்தேன்
5. கொள்ளைக்காரன்
6. சித்திரப்பாவை

வரலாற்றுப் புதினங்கள்

கலை

சுயசரிதை

மொழிபெயர்ப்பு நூல்கள்

செ. நடராஜன்செல்லம்

சிறுகதை தொகுதிகள்

1. சத்ய ஆவேசம்
2. ஊர்வலம்
3. எரிமலை
4. பசியும் ருசியும்
5. வேலியும் பயிரும்
6. குழந்தை சிரித்தது
7. சக்திவேல்
8. நிலவினிலே
9. ஆண் பெண்
10. மின்னுவதெல்லாம்
11. வழி பிறந்தது
12. சகோதரர் அன்றோ
13. ஒரு வேளைச் சோறு
14. *விடுதலை*
15. *நெல்லூர் அரசி*
16. *செங்கரும்பு*
17. *அகிலன் சிறுகதை*- அனைத்துக் கதைகளும் அடங்கிய தொகுப்பு

சிறுவர் நூல்கள்

1. தங்க நகரம்
2. கண்ணான கண்ணன்
3. நல்ல பையன்

பயண நூல்கள்

1. நான்கண்ட ரஷ்யா
2. சோவியத் நாட்டில்

இன்று இவர் நாளை நாம்

3.   மலேசியா சிங்கப்பூரில் அகிலன்

கட்டுரை தொகுப்புகள்

1.   நாடு நாம் தலைவர்கள் (கட்டுரைகள், 2000)
2.   வெற்றியின் ரகசியங்கள்

நாடகம்

1.   வாழ்வில் இன்பம்

திரைக்கதை வசனம்

●   காசுமரம்

ஒலித்தகடு

●   நாடும் நமது பணியும் - அகிலன் உரை

செ. நடராஜன்செல்லம்

ஜெயகாந்தன் (1934 - 2015)

தமிழ் எழுத்தாளர்களில் ஒருவர்.. இவருடைய
படைப்பிலக்கியக் களம் சிறுகதைகள், புதினங்கள்,
கட்டுரைகள், திரைப்படங்கள் என பரந்து இருக்கின்றது.
 சி.பி.ஐ-யின் ஜனசக்தி அலுவலக அச்சகத்தில் பணிபுரிந்தும்,
ஜனசக்தி இதழ்கள் விற்றும் கழித்தார்
1949-ஆம் ஆண்டு சி. பி. ஐ மீதும் அதன் உறுப்பினர்கள்
மீதும் தடை போடப் பட்டது. ஆதலால் சில தினங்கள்கள்,
தஞ்சையில் காலணிகள் விற்கும் கடை ஒன்றில்
பணிபுரிந்தார்.
இந்த எதிர்பாராத இடைவேளை அவர் வாழ்க்கையில்
முதன்மையான காலகட்டமாக அமைந்தது. அவர்

<h1 style="text-align:center">இன்று இவர் நாளை நாம்</h1>

சிந்திக்கவும் எழுதவும் அப்பொழுது நேரம் கிடைத்தது. இக்கால கட்டத்தில், தமிழ்நாட்டில் முக்கிய அரசியல் மாற்றங்களும் நேர்ந்தன.

தி.மு.க மற்றும் தி.க -வின் வளர்ச்சியால், சி.பி.ஐ மெதுவாக மறையத் துவங்கியது. உட்கட்சிப் பூசல்களினாலும், கட்சியுடன ஏற்பட்ட கருத்து வேறுபாடுகளினாலும், ஜெயகாந்தன் சி.பி.ஐ-யிலிருந்து விலகினார். பின்னர் காமராசருடைய தீவிரத் தொண்டனாக மாறி, தமிழகக் காங்கிரஸ் கட்சியில் சேர்ந்தார்.

இருபதாம் நூற்றாண்டின் தலைசிறந்த தமிழ் எழுத்தாளர்களில் ஒருவராகப் போற்றப் பெற்றார். ஜெயகாந்தன் சில ஆண்டுகள், தமிழ்த் திரையுலகிலும் வலம் வந்தார். இவரது நாவல்களான "உன்னைப் போல ஒருவன்" மற்றும் "சில நேரங்களில் சில மனிதர்கள்" ஆகியவை படமாக்கப்பட்டன. இதில் "உன்னைப் போல ஒருவன்" சிறந்த மாநில மொழித் திரைப்படத்திற்கான குடியரசுத் தலைவர் விருதில் மூன்றாம் விருதைப் பெற்றது. மேலும், அவருக்கும் ஒரு நடிகைக்கும் ஏற்பட்ட உறவே "ஒரு நடிகை நாடகம் பார்க்கிறாள்" என்ற புதினமாக உருப் பெற்றது.

விருதுகள் தொகுப்பு

சாகித்திய அகாதமி விருது

2002-ம் ஆண்டுக்கான ஞான பீட விருது

2009-ம் ஆண்டின் இலக்கியத்துறைக்கான பத்ம பூஷன் விருது

ரஷ்ய விருது

தன் வரலாறு

ஒர் இலக்கியவாதியின் அரசியல் அனுபவங்கள் (அக்டோபர் 1974)

ஒர் இலக்கியவாதியின் கலையுலக அனுபவங்கள் (செப்டம்பர் 1980)

ஒர் இலக்கியவாதியின் பத்திரிகை அனுபவங்கள் (டிசம்பர் 2009)

ஒர் இலக்கியவாதியின் ஆன்மீக அனுபவங்கள்

வாழ்க்கை வரலாறு

வாழ்விக்க வந்த காந்தி 1973 (ரொமெயின் ரொலேண்ட்டின் ∴ப்ரெஞ்சு மொழியில் வந்த காந்தியின் தன்வரலாற்றின் தமிழாக்கம்)

ஒரு கதாசிரியனின் கதை (மே 1989 (முன்ஷி பிரேம்சந்தின் வாழ்க்கை வரலாறு)

நாவல்கள் மற்றும் குறுநாவல்கள்

வாழ்க்கை அழைக்கிறது (ஆகஸ்ட் 1957)

கைவிலங்கு (ஜனவரி 1961)

யாருக்காக அழுதான்? (பெப்ரவரி 1962)

பிரம்ம உபதேசம் (மே 1963)

இன்று இவர் நாளை நாம்

பிரியாலயம் (ஆகஸ்ட் 1965)

கருணையினால் அல்ல (நவம்பர் 1965)

பாரீசுக்குப் போ! (டிசம்பர் 1966)

கோகிலா என்ன செய்துவிட்டாள்? (நவம்பர் 1967)

சில நேரங்களில் சில மனிதர்கள் (ஜூன் 1970)

ஒரு நடிகை நாடகம் பார்க்கிறாள் (ஜனவரி 1971)

ஒரு மனிதன் ஒரு வீடு ஒரு உலகம் (ஏப்ரல் 1973)

ஜெய ஜெய சங்கர... (செப்டம்பர் 1977)

கங்கை எங்கே போகிறாள் (டிசம்பர் 1978)

ஒரு குடும்பத்தில் நடக்கிறது... (ஜனவரி 1979)

பாவம், இவள் ஒரு பாப்பாத்தி ! (மார்ச் 1979)

எங்கெங்கு காணினும்... (மே 1979)

ஊருக்கு நூறு பேர் (ஜூன் 1979)

கரிக்கோடுகள் (ஜூலை 1979)

மூங்கில் காட்டினுள்ளே (செப்டம்பர் 1979)

ஒரு மனிதனும் சில எருமை மாடுகளும் (டிசம்பர் 1979)

ஒவ்வொரு கூரைக்கும் கீழே... (ஜனவரி 1980)

பாட்டிமார்களும் பேத்திமார்களும் (ஏப்ரல் 1980)

அப்புவுக்கு அப்பா சொன்ன கதைகள் (ஆகஸ்ட் 1980)

இந்த நேரத்தில் இவள்... (1980)

காத்திருக்கா ஒருத்தி (செப்டம்பர் 1980)

காரு (ஏப்ரல் 1981)

ஆயுத பூசை (மார்ச் 1982)

சுந்தர காண்டம் (செப்டம்பர் 1982)

ஈஸ்வர அல்லா தேரே நாம் (ஜனவரி 1983)

ஓ, அமெரிக்கா! (பெப்ரவரி 1983)

இல்லாதவர்கள் (பெப்ரவரி 1983)

இதய ராணிகளும் ஸ்பெடு ராஜாக்களும் (ஜூலை 1983)

காற்று வெளியினிலே... (ஏப்ரல் 1984)

கழுத்தில் விழுந்த மாலை (செப்டம்பர் 1984)

அந்த அக்காவினைத்தேடி... (அக்டோபர் 1985)

இன்னும் ஒரு பெண்ணின் கதை (ஜூலை 1986)

ரிஷிமூலம் (செப்டம்பர் 1965)

சினிமாவுக்குப் போன சித்தாளு (செப்டம்பர் 1972)

உன்னைப் போல் ஒருவன்

ஹர ஹர சங்கர (2005)

கண்ணன் (2011)

சிறுகதைகள் தொகுப்பு

ஒரு பிடி சோறு (செப்டம்பர் 1958)

இனிப்பும் கரிப்பும் (ஆகஸ்ட் 1960)

தேவன் வருவாரா (1961)

மாலை மயக்கம் (ஜனவரி 1962)

யுகசந்தி (அக்டோபர் 1963)

உண்மை சுடும் (செப்டம்பர் 1964)

புதிய வார்ப்புகள் (ஏப்ரல் 1965)

சுயதரிசனம் (ஏப்ரல் 1967)

இறந்த காலங்கள் (பெப்ரவரி 1969)

குருபீடம் (அக்டோபர் 1971)

சக்கரம் நிற்பதில்லை (பெப்ரவரி 1975)

புகை நடுவினிலே... (டிசம்பர் 1990)

சுமைதாங்கி

பொம்மை

கட்டுரை தொகுப்பு

பாரதி பாடம்

இமயத்துக்கு அப்பால்

ஜெயகாந்தன் பேட்டிகள் (கபிலன் பதிப்பகம்)

திரைப்படமாக்கப்பட்ட இவருடைய கதைகள் தொகுப்பு

சில நேரங்களில் சில மனிதர்கள் (இயக்குநர் : பீம்சிங்)

ஒரு நடிகை நாடகம் பார்க்கிறாள் (இயக்குநர் : பீம்சிங்)

ஊருக்கு நூறு பேர் (இயக்குநர் : லெனின்)

உன்னைப் போல் ஒருவன்

யாருக்காக அழுதான்

புதுச்செருப்பு கடிக்கும்

ஜெயகாந்தன் இயக்கிய திரைப்படம் தொகுப்பி

உன்னைப் போல் ஒருவன்

யாருக்காக அழுதான்

புதுச்செருப்பு கடிக்கும்

செ. நடராஜன்செல்லம்

ஜெயகாந்தனின் சிறுகதைப்பட்டியல்

ஆணும் பெண்ணும்

பட்டணத்து வீதியிலே

பேசும் புழுக்கள்

காலம் தோற்றது

சாந்தி பூமி

சுமை பேதம்

கண்ணன் பிறந்தான்

உதயம் பிழைப்பு

மீனாட்சி ராஜ்யம்

காந்தி ராஜ்யம்

சொக்குப்பொடி

சட்டம் வந்த நள்ளிரவில்

மரணவாயில்

சாந்தி சாகரம்

எச்சரிக்கைதத்துவச் சொறி

இவர்களும் இருக்கிறார்கள்

இலட்சியச் சிலுவை

யாசனம்

தேரைப்பழி

பித்துக்குளி

ஆலமரம்

பேதைப்பருவம்

இன்று இவர் நாளை நாம்

தனிமனிதன்

பொறுக்கி

தமிழச்சி

சலிப்பு

வேலைகொடுத்தவன்

பூ வாங்கலியோ பூ

தீபம்

தாம்பத்தியம்

திரஸ்காரம்

ரிக் ஷாகாரன் பாஷை

பௌருஷம்

சினம் எனும் தீ

பால் பேதம்

எது, எப்போது

ஒருபிடி சோறு

ராசா வந்துட்டாரு

ஒரு பிரமுகர்

முச்சந்தி

தாலாட்டு

டிரெடில்

சாளரம்

கண்ணம்மா

நந்தவனத்தில் ஒரு ஆண்டி

பிணக்கு

போர்வை யந்திரம்

பட்டணம் சிரிக்கிறது

அபாயம்

செ. நடராஜன்செல்லம்

இன்று இவர் நாளை நாம்

பொம்மை

தொத்தோ

உடன்கட்டை

பத்தினிப் பரம்பரை

நிறங்கள்

மே--20

மூக்கோணம்

மூங்கில்

கற்பு நிலை

நான் இருக்கிறேன்

என்னை நம்பாதே

தர்க்கத்திற்கு அப்பால்

லவ் பண்ணுங்கோ ஸார்

சோற்றுச்சுமை

மாலை மயக்கம்

சுமைதாங்கி

கருங்காலி

அடல்ட்ஸ் ஒன்லி

மௌனம் ஒரு பாஷை

ஒரே நண்பன்

பிம்பம்

முன்நிலவும் பின்பனியும்

இல்லாதது எது

பூ உதிரும்

கிழக்கும் மேற்கும்

தரக்குறைவு

யுகசந்தி

செ. நடராஜன்செல்லம்

உண்மை சுடும்
ஆளுகை
பொய் வெல்லும்
சாத்தானும் வேதம் ஓதட்டும்
இருளைத் தேடி
ஹீரோவுக்கு ஒரு ஹீரோயின்
எத்தனை கோணம் எத்தனை பார்வை
ஒரு பகல் நேரப் பாசஞ்சர் வண்டியில்
விளக்கு எரிகிறது
புதிய வார்ப்புகள்
அந்தக் கோழைகள்
சட்டை
சுயதரிசனம்
முற்றுகை
இருளில் ஒரு துணை
லட்சாதிபதிகள்
அக்கினிப் பிரவேசம்
பாவம் பக்தர்தானே!
நான் ஜன்னலருகே உட்கார்ந்து இருக்கிறேன்
அக்ரஹாரத்துப் பூனை
நான் என்ன செய்யட்டும் சொல்லுங்கோ
ஒரு வீடு பூட்டிக்கிடக்கிறது
தவறுகள் குற்றங்களல்ல
டிக்கடை சாமியாரும் டிராக்டர் சாமியாரும்
கண்ணாமூச்சி
அந்த உயிரின் மரணம்
அந்தரங்கம் புனிதமானது

இன்று இவர் நாளை நாம்

இறந்த காலங்கள்
விதியும் விபத்தும்
எங்கோ, யாரோ, யாருக்காகவோ
குரு பீடம்
நிக்கி
புதுச் செருப்பு கடிக்கும்
சீசர்
அரைகுறைகள்
சக்கரம் நிற்பதில்லை
இந்த இடத்திலிருந்து
குருக்கள் ஆத்து பையன்

செ. நடராஜன்செல்லம்

சிவசங்கரி

சிவசங்கரி (1942)

ஒரு தமிழக எழுத்தாளர் ஆவார். இவர் நாவல், சிறுகதை, பயணக் கட்டுரை, இலக்கியக் கட்டுரை, நேர்காணல், மொழிபெயர்ப்பு எனப் பல தளங்களில் இயங்குகிறார். 1993 இலிருந்து "இலக்கியம் மூலம் இந்திய இணைப்பு" என்ற செயற்றிட்டத்தை முன்னெடுத்து வருகிறார். இவரது 150 க்கும் மேற்பட்ட சிறுகதைகள் மற்றும் குறுநாவல்கள், 35 நாவல்கள், 13 பயணக் கட்டுரைத் தொகுப்புக்கள், 7 கட்டுரைத் தொகுப்புக்கள், 2 வாழ்க்கைச் சரிதங்கள் ஆகியவை வெளியாகியுள்ளன.

இவரது முதல் சிறுகதை "அவர்கள் பேசட்டும்" - குழந்தையில்லாத இளம் தம்பதியின் மெல்லிய உணர்வுகளைச் சித்தரிக்கும் கதை, 1968 இல் கல்கியில் பிரசுரமாகி, எழுத்துலகில் பிரவேசித்தவர். இரண்டாவது

இன்று இவர் நாளை நாம்

சிறுகதை "உனக்குத் தெரியுமா?" - ஒரு குடிகாரனைப் பற்றிய கதை, 'ஆனந்த விகடன்' பத்திரிகையில் பிரசுரமானது. அதன்பின் பல சிறுகதைகள், தொடர்கதைகள், குறுநாவல்கள், வெளிநாட்டு அனுபவங்கள், கட்டுரைத் தொடர்கள் என எழுதியிருக்கிறார்.

இவரது நாவல்கள்

எதற்காக? - 1970

திரிவேணி சங்கமம் - 1971

ஏன்? - 1973

சியாமா - 1973

நண்டு - 1975

நதியின் வேகத்தோடு - 1975

மெள்ள மெள்ள - 1978

47 நாட்கள் - 1978

அம்மா, ப்ளீஸ் எனக்காக. - 1979

ஆயுள் தண்டனை - 1979

வளர்த்த கடா - 1979

இரண்டு பேர் - 1979

ஒரு மனிதனின் கதை - 1980

பிராயச்சித்தம் - 1981

போகப்போக - 1981

நெருஞ்சி முள் - 1981

தவம் - 1982

திரிசங்கு சொர்க்கம் - 1982

மாலையில் பூக்கும் மலர்கள் - 1982

பறவை - 1982

செ. நடராஜன்செல்லம்

பாலங்கள் - 1983

ஆயிரங்காலத்துப் பயிர் - 1983

கருணைக் கொலை - 1984

அவன் - 1985

ஒற்றைப் பறவை - 1985

அது சரி, அப்புறம்? - 1985

நூலேணி - 1985

அம்மா பிள்ளை - - 1986

மலையின் அடுத்த பக்கம் - 1987

வேரில்லாத மரங்கள் - 1987

வானத்து நிலா - 1989

ஆற்றில் ஒரு கால், சேற்றில் ஒரு கால் - 1989

நான் நானாக - 1990

சுட்டமண் - 1991

இன்னொருத்தி + இன்னொருத்தி - 1992

இனி - 1993

குறுநாவல்கள்

இந்திராவின் கதை - 1972

அப்பா - 1989

குழந்தைகளுக்கான பேசும் புத்தகம்

அம்மா சொன்ன கதைகள் (புத்தகமும் ஒலிநாடாவும்

இணைந்தது) - 1996

இலக்கிய ஆய்வு

இலக்கியம் மூலம் இந்திய இணைப்பு - பாகம் 1 - தெற்கு -
1998

இலக்கியம் மூலம் இந்திய இணைப்பு - பாகம் 2 - கிழக்கு -
2000

இன்று இவர் நாளை நாம்

இலக்கியம் மூலம் இந்திய இணைப்பு - பாகம் 3 - மேற்கு -
2004

இலக்கியம் மூலம் இந்திய இணைப்பு - பாகம் 4 - வடக்கு -
2009

செ. நடராஜன்செல்லம்

சாரு நிவேதிதா 1953)

சாரு நிவேதிதா   1953)

தமிழின் குறிப்பிடத் தகுந்த எழுத்தாளர். மிக பரந்த வாசகர் பரப்பை கொண்டவர். அமைப்பைவிட தனி மனிதனும் அவனுடைய உரிமைகளே முக்கியம் என்ற கருத்தை இவரது படைப்புகள் மையமாகக் கொண்டுள்ளன.

அடுத்த மனிதரின் சுதந்திரத்தில் குறுக்கிடாமலும் அதே சமயம் நம்முடைய தனிப்பட்ட சுதந்திரத்தை இழக்காமலும் வாழ்வதே சிறப்பான வாழ்க்கை என்ற கருத்தை முன்வைப்பவை சாரு நிவேதிதாவின் படைப்புகள்.

இன்று இவர் நாளை நாம்

இறுக்கம் மிகுந்த நவீன வாழ்வில் சக மனிதன் மீதும், பிராணிகள் மீதும், இயற்கை மீதும் அன்பை போதிப்பவை சாரு நிவேதிதாவின் எழுத்து

புதிய எக்ஸைல், ஸீரோ டிகிரி, ராஸ லீலா உள்ளிட்ட நாவல்களும், கோணல் பக்கங்கள், தப்புத் தாளங்கள், மனம்கொத்திப் பறவை, வேற்றுலகவாசியின் டயரிக்குறிப்புகள் உள்ளிட்ட கட்டுரைத் தொகுப்புகளும் இவரது படைப்புகளுள் முக்கியமானவை.

நாவல்

எக்ஸிஸ்டென்ஷியலிஸமும் ∴பேன்ஸி பனியனும்

ஸீரோ டிகிரி

ராஸ லீலா

காமரூப கதைகள்

தேகம்

எக்ஸைல்

சிறுகதைத்தொகுப்பு

கர்னாடக முரசும் நவீன தமிழ் இலக்கியத்தின் மீதான ஓர் அமைப்பியல் ஆய்வும் - நாகார்ச்சுனன் மற்றும் சில்வியா (எம்.டி.முத்துக்குமாரசாமி) கதைகளுடன் வந்த தொகுதி

நேநோ

மதுமிதா சொன்ன பாம்பு கதைகள்

ஷேக்ஸ்பியரின் மின்னஞ்சல் முகவரி

கடல் கன்னி (மொழிபெயர்ப்பு சிறுகதைகள்)

செ. நடராஜன்செல்லம்

ஊரின் மிக அழகான பெண் (மொழிபெயர்ப்பு சிறுகதைகள்)

மார்க் கீப்பர் (Morgue Keeper) - கிண்டிலில் வெளியான ஆங்கில சிறுகதைகள்

முத்துக்கள் பத்து - தேர்ந்தெடுத்த சிறுகதைகள்

டயபாலிக்கலி யுவர்ஸ் (Diabolically Yours) - எக்ஸாட்டிக் காத்திக் தொகுதி 5, பகுதி 2-இல் வந்த சிறுகதை (Exotic Gothic 5, Vol. II)

கட்டுரைத் தொகுப்பு

நாடகம்

செ. நடராஜன்செல்லம்

இச்சைகளின் இருள்வெளி ('பாலியல் - நளினி ஜமீலாவுடன்
ஒரு உரையாடல்' புத்தகத்தின் இரண்டாம் பதிப்பு)
கேள்வி பதில்
அருகில் வராதே
அறம் பொருள் இன்பம்

அ. வெண்ணிலா *(A. Vennila,*1971)

அ. வெண்ணிலா (1971)

தமிழக எழுத்தாளரும், கவிஞரும் ஆவார்.

கவிஞர், சிறுகதை ஆசிரியர், கட்டுரையாளர், நாவலாசிரியர்,
ஆசிரியர், சிறு பத்திரிகை ஆசிரியர் என பன்முக
ஈடுபாடுகளுடன் தமிழ் உலகில் இயங்கிவருகிறார்
பெண்ணியம் சார்ந்த கருத்துகளை முன்னெடுத்து இலக்கியம்
படைத்து வருவது வெண்ணிலாவின் தனித்துவமாகும்.
அன்றாட வாழ்வின் இன்னல்களை புனைவுகள் ஏதுமின்றி
படைப்பாக்குவது இவரது ஆற்றலாகும். இவர் எழுதிய
படைப்புகள் ஆங்கிலம், மலையாளம், இந்தி என பல
மொழிகளில் மொழிபெயர்க்கப்பட்டுள்ளன

செ. நடராஜன்செல்லம்

2009-2010 ஆம் ஆண்டு காலத்தில் தமிழகத்தின் சமச்சீர் கல்வி பாடத்திட்டக் குழுவில் ஒருங்கிணைப்பாளராக பணியாற்றி புதிய பாடப்புத்தக உருவாக்கத்தில் பங்களிப்பு வழங்கியுள்ளார் சிறு வயதில் இருந்தே புத்தகங்கள் வாசிக்கத் தொடங்கிய வெண்ணிலா தன்னுடைய 27 வது வயதில் எழுதத் தொடங்கினார். ஏழு கவிதை நூல்கள், ஒரு கடித இலக்கிய நூல், ஏழு கட்டுரைத் தொகுப்புகள், மூன்று சிறுகதைத் தொகுப்புகள், இரண்டு நாவல்கள், ஓர் ஆய்வு நூல் பதிப்பாசிரியராக இரண்டு நூல்கள், ஐந்து தொகுப்பு நூல்கள் என வெண்ணிலாவின் இலக்கியப் படைப்புகள் அணிவகுத்து நிற்கின்றன
கரிசல் இலக்கியவாதி கி.ராவின் கதை சொல்லி மற்றும் புத்தகம் பேசுது இதழ்களின் ஆசிரியர் குழுவில் ஒருவராக வெண்ணிலா செயல்பட்டுள்ளார். சாகித்ய அகாதமிக்காக தமிழ்நாடு, இலங்கை, ஆத்திரேலியா, கனடா, பிரான்சு நாடுகளில் வாழும் தமிழ்ப்பெண் கவிஞர்களின் கவிதைகளை தொகுக்கும் பணியில் ஈடுபட்டார்

விருதுகள்

சிற்பி அறக்கட்டளை விருது
கவிஞர் தேவமகள் அறக்கட்டளை விருது
தமிழ்நாடு முற்போக்கு எழுத்தாளர் சங்கம் வழங்கும் செல்வன் கார்க்கி விருது
ஏலாதி அறக்கட்டளை விருது
கவிஞர் வைரமுத்து வழங்கும் 'கவிஞர் தின விருது'
திருப்பூர் மத்திய அரிமா சங்கம் வழங்கும் சக்தி - 2005 விருது

சென்னை புத்தகக் கண்காட்சி - 2005 ஆம் ஆண்டில் இயக்குநர் பார்த்திபன் வழங்கிய சிறந்த படைப்பாளி விருது

நெய்வேலி புத்தகக் கண்காட்சி - 2005 இல் வழங்கிய சிறந்த எழுத்தாளர் விருது.

தமிழக அரசின் சிறந்த கவிதை நூலுக்கான விருது - 2008

செயந்தன் நினைவு கவிதை விருது' - 2010 தமிழக ஆளுநர் வழங்கியது

பிருந்தாவும் இளம் பருவத்து ஆண்களும் சிறுகதைத் தொகுப்பிற்காக: தமிழ்நாடு முற்போக்கு எழுத்தாளர்கள் கலைஞர்கள் சங்க 'புதுமைப்பித்தன் நினைவு விருது - 2013'

கங்காபுரம் நாவலுக்காக: கோவை கத்தூரி சீனிவாசன் அறக்கட்டளையின் 'ரங்கம்மாள் நினைவு விருது, சமயபுரம் எசு.ஆர்.வி. பள்ளியின் 'படைப்பூக்கத் தமிழ் விருது, அவள் விகடனின் 'இலக்கிய விருது

படைப்பு நூல்கள்

கவிதை

என் மனைசை உன் தூரிகை தொட்டு - 1998

நீரில் அலையும் முகம் - 2000

ஆதியில் சொற்கள் இருந்தன - 2002

இசைக் குறிப்புகள் நிறையும் மைதானம் - 2005

கனவைப் போலொரு மரணம் - 2007

இரவு வரைந்த ஓவியம் - 2010

துரோகத்தின் நிழல் - 2012

எரியத் துவங்கும் கடல் - 2014

கடிதம்

கனவிருந்த கூடு - 2000

கட்டுரை

பெண் எழுதும் காலம் - 2007
ததும்பி வழியும் மௌனம் - 2014
கம்பலை முதல் - 2015
தேர்தலின் அரசியல்- 2016
அறுபடும் யாழின் நரம்புகள் - 2017
எங்கிருந்து தொடங்குவது- 2017
மரணம் ஒரு கலை - 2018

சிறுகதை

பட்டுப்பூச்சிகளைத் தொலைத்த ஒரு பொழுதில் - 2005

பிருந்தாவும் இளம் பருவத்து ஆண்களும் - 2013

இந்திர நீலம் - 2020

ஆய்வு

தேவரடியார் : கலையே வாழ்வாக - 2018

நாவல்

கங்காபுரம்- 2018

சாலாம்புரி - 2020

தொகுத்த நூல்கள்

வந்தவாசிப் போர் - 250 - 2010 (டாக்டர் மு.ராஜேந்திரன் இ.ஆ.ப

அவர்களுடன் இணைந்து)

நிகழ் முகம் - 2010

மீதமிருக்கும் சொற்கள் - 2015

காலத்தின் திரைச்சீலை ட்ராட்ஸ்கி மருது - 2015

இன்று இவர் நாளை நாம்

கனவும் விடியும் - 2018
செம்பதிப்பு
இந்திய சரித்திரக் களஞ்சியம், 8 தொகுதிகள் - 2011
ஆனந்தரங்கப் பிள்ளை தினப்படி சேதிக் குறிப்பு, 12 தொகுதி -
2019 (டாக்டர் மு.ராஜேந்திரன் இ.ஆ.ப அவர்களுடன் இணைந்து)

செ. நடராஜன்செல்லம்

ஜெயமோகன் (Jeyamohan)

ஜெயமோகன் (1962)

தமிழகத்தின் குறிப்பிடத்தக்க எழுத்தாளர்களில் ஒருவர் ஆவார். மிகப் பரவலான கவனத்தை ஈர்த்த புதினங்களை எழுதியுள்ளார்.

இவரது புனைவுகளில் மனித மனதின் அசாதாரணமான ஆழங்களும் நுட்பங்களும் வெளிப்படும்.

இவர் தன்னை "இந்தியத் தமிழ் மரபை நவீன காலகட்டத்தின் அறத்திற்கு ஏற்ப மறுவரையறை செய்தவர் ஜெயமோகன்" என அறியப்பட வேண்டும் என விரும்பினார்.

இன்று இவர் நாளை நாம்

அம்மா விசாலாட்சி அவர்களுக்கு தன்னை எழுத்தாளன் ஆக்கிப்பார்க்க வேண்டும் என்ற ஆசை இருந்தது என்கிறார் ஜெயமோகன், இலக்கிய வாசகியான அவர் மூலம் வாசிப்பு ஆர்வம் வந்தது, 12 வயது முதலே ரத்னபாலா போன்ற பத்திரிக்கைகளில் எழுத துவங்கினார்.

இவருக்கு 1985ல் எழுத்தாளர் சுந்தர ராமசாமி அறிமுகமானார் அதன்மூலம் இவரை இலக்கியத்துக்குள் ஆற்றுப்படுத்தினார் 'கைதி' என்ற கவிதை 1987ல் கட்டைக்காடு ராஜகோபாலன் நடத்திவந்த கொல்லிப்பாவை இதழில் வெளியாயிற்று.

1987 ல் கணையாழியில் நதி அசோகமித்திரனின் சிறு குறிப்புடன் வெளியாயிற்று. அது இவருடைய எழுத்துக்கு ஒரு தொடக்கம். தொடர்ந்து நிகழ் இதழில் படுகை, போதி முதலிய கதைகள் வந்து கவனிக்கப்பட்டன
1988ல் எழுதிய ரப்பர் என்னும் புதினத்தை 1990ல் அகிலன் நினைவுப்போட்டிக்காக சுருக்கி அனுப்பி, அதற்கான விருதைப் பெற்றார்.

தாகம் என்னும் தலைப்பில் தமிழ் புத்தகாலயம் இந்நூலை வெளியிட்டுள்ளது.
ஜெயமோகனின் வாசகர்கள் இணைந்து விஷ்ணுபுரம் இலக்கியவட்டம் என்னும் இலக்கிய அமைப்பை உருவாக்கியிருக்கிறார்கள்.

2010 முதல் ஆண்டுதோறும் சிறந்த மூத்த எழுத்தாளர்களுக்கு விருது வழங்கிச் சிறப்பிக்கிறது இவ்வமைப்பு.

படங்கள் வரிசை

கஸ்தூரிமான் தமிழ் 2005

நான் கடவுள் தமிழ் 2008

அங்காடித்தெரு தமிழ் 2010

நீர்ப்பறவை தமிழ் 2012

ஒழிமுறி மலையாளம் 2012

கடல் தமிழ் 2013

ஆறு மெழுகுவர்த்திகள் தமிழ் 2013

காஞ்சி மலையாளம் 2013

காவியத்தலைவன் தமிழ் 2014

நாக்குபெண்டா நாக்கு டாக்கு மலையாளம் 2014

ஒன் பை டூ மலையாளம் 2014

பாபநாசம் தமிழ் 2015

சர்க்கார் தமிழ்

எந்திரன் 2.0 தமிழ்

இந்தியன் .2. தயாரிப்பில்

விருதுகள்

1990 ஆண்டு அகிலன் நினைவுப்போட்டிப் பரிசைப் பெற்றார்.

1992 ஆம் ஆண்டுக்கான கதா[6] விருதைப் பெற்றார்.

1994 ஆம் ஆண்டுக்கான சம்ஸ்கிருதி சம்மான் தேசியவிருது பெற்றுள்ளார்.

2008 ஆம் ஆண்டு பாவலர் விருது பெற்றார்

இன்று இவர் நாளை நாம்

2010 ஆம் ஆண்டு முதல் இவரது படைப்பான விஷ்ணுபுரம் பெயரால் விஷ்ணுபுரம் இலக்கிய வட்டம் விருது ஒன்றை அளிக்கிறது.

2011 ஆம் ஆண்டு அறம் சிறுகதைத் தொகுதிக்காக முகம் விருது பெற்றார்

2012 சிறந்ததிரைக்கதைக்கான கேரளா ∴பிலிம் கிரிட்டிக்ஸ் விருது ஒழிமுறி

2012- சிறந்த திரைக்கதைக்கான டி ஏ ஷாஹித் விருது ஒழிமுறி

2014- கனடா தமிழ் இலக்கியத் தோட்டம் வழங்கிய இயல் விருது

புதினங்கள்

ரப்பர்

விஷ்ணுபுரம்(கவிதா பதிப்பகம்)

பின் தொடரும் நிழலின் குரல் (தமிழினி பதிப்பகம்)

பனிமனிதன் - சிறுவர் புதினம்

கன்னியாகுமரி

கொற்றவை (புதினம்) (தமிழினி பதிப்பகம்)

காடு

ஏழாம் உலகம்

அனல்காற்று

இரவு

உலோகம்

கன்னிநிலம்

வெள்ளையானை

செ. நடராஜன்செல்லம்

மகாபாரதத்தின் தமிழ் நாவல் வடிவம் வெண்முரசு

முதற்கனல் - வெண்முரசு நாவல் வரிசை, முதல் புதினம்.

மழைப்பாடல் - வெண்முரசு நாவல் வரிசை, இரண்டாம் புதினம்.

வண்ணக்கடல் - வெண்முரசு நாவல் வரிசை, மூன்றாம் புதினம்.

நீலம் - வெண்முரசு நாவல் வரிசை. நான்காம் புதினம்.

பிரயாகை - வெண்முரசு நாவல் வரிசை. ஐந்தாம் புதினம்.

வெண்முகில் நகரம் - வெண்முரசு நாவல் வரிசை, ஆறாம் புதினம்.

இந்திரநீலம் - வெண்முரசு நாவல் வரிசை, ஏழாம் புதினம்.

காண்டிபம் - வெண்முரசு நாவல் வரிசை, எட்டாம் புதினம்.

வெய்யோன் - வெண்முரசு நாவல் வரிசை, ஒன்பதாம் புதினம்.

பன்னிரு படைக்களம் - வெண்முரசு நாவல் வரிசை, பத்தாம் புதினம்.

சொல்வளர்காடு - வெண்முரசு நாவல் வரிசை, பதினொன்றாம் புதினம்.

கிராதம் - வெண்முரசு நாவல் வரிசை, பன்னிரண்டாம் புதினம்.

மாமலர் - வெண்முரசு நாவல் வரிசை, பதின்மூன்றாம் புதினம்.

நீர்க்கோலம் - வெண்முரசு நாவல் வரிசை, பதினாங்காம் புதினம்.

எழுதழல் - வெண்முரசு நாவல் வரிசை, பதினைந்தாம் புதினம்.

குருதிச்சாரல் - வெண்முரசு நாவல் வரிசை, பதினாறாம் புதினம்.

இமைக்கணம் - வெண்முரசு நாவல் வரிசை, பதினேழாம் புதினம்.

இன்று இவர் நாளை நாம்

செந்நா வேங்கை - வெண்முரசு நாவல் வரிசை, பதினெட்டாம் புதினம்.

திசைதேர் வெள்ளம் - வெண்முரசு நாவல் வரிசை, பத்தொன்பதாம் புதினம்.

கார்கடல் - வெண்முரசு நாவல் வரிசை, இருபதாம் புதினம்.

இருட்கனி - வெண்முரசு நாவல் வரிசை, இருபத்தொன்றாம் புதினம்.

தீயின் எடை - வெண்முரசு நாவல் வரிசை, இருபத்து இரண்டாம் புதினம்.

நீர்க்கோலம் - வெண்முரசு நாவல் வரிசை, இருபத்து மூன்றாம் புதினம்.

களிற்றியானைநிரை - வெண்முரசு நாவல் வரிசை, இருபத்து நான்காம் புதினம்.

கல்பொருசிறுநுரை - வெண்முரசு நாவல் வரிசை, இருபத்து ஐந்தாம் புதினம்.

முதலாவிண் - வெண்முரசு நாவல் வரிசை, இருபத்து ஆறாம் புதினம்.

சிறுகதை நூல்கள்

மண் (கவிதா பதிப்பகம்)

ஆயிரங்கால் மண்டபம் (கவிதா பதிப்பகம்)

திசைகளின் நடுவே (கவிதா பதிப்பகம்)

கூந்தல்(கவிதா பதிப்பகம்)

ஜெயமோகன் சிறுகதைகள் (கிழக்கு பதிப்பகம்)

ஜெயமோகன் குறுநாவல்கள் (கிழக்கு பதிப்பகம்)

செ. நடராஜன்செல்லம்

பேய்க்கதைகளும் தேவதைக்
கதைகளும்(நிழல்வெளிக்கதைகள்) (நவீனத் திகில்கதைகள்)
(கிழக்கு பதிப்பகம்)
ஊமைச்செந்நாய்" (உயிர்மை பதிப்பகம்)
"அறம்" [சிறுகதைகள்] (வம்சி பதிப்பகம்)
வெண்கடல் [வம்சி பதிப்பகம்]
ஈராறுகால்கொண்டெழும்புரவி [சொல்புதிது பதிப்பகம்]
அறிவியல் சிறுகதைகள்
விசும்பு (அறிவியல் சிறுகதைகள்)(கிழக்கு பதிப்பகம்)
அரசியல்
சாட்சிமொழி (உயிர்மை பதிப்பகம்)
இன்றைய காந்தி (காந்திய விவாதங்கள்)(தமிழினி பதிப்பகம்)
அண்ணா ஹசாரே -ஊழலுக்கு எதிரான போராட்டம் (கிழக்கு
பதிப்பகம்)

வாழ்க்கை வரலாறு

முன்சுவடுகள் (உயிர்மை பதிப்பகம்)
கமண்டலநதி நாஞ்சில் நாடன் (தமிழினி பதிப்பகம்)
கடைத்தெருவின் கலைஞன் ஆ. மாதவன் (தமிழினி பதிப்பகம்)
நினைவின் நதியில் (சுந்தர ராமசாமி பற்றி) (உயிர்மை
பதிப்பகம்)
பூக்கும் கருவேலம் [பூமணியின் படைப்புலகம்] தமிழினி
பதிப்பகம்
லோகி [ஏ கே லோகிததாஸ் நினைவு [உயிர்மை பதிப்பகம்]
இவர்கள் இருந்தார்கள் [நற்றிணைப்பதிப்பகம்]
ஒளியாலானது [தேவதேவன் படைப்புலகம்]
காப்பியம்

இன்று இவர் நாளை நாம்

கொற்றவை (காப்பியம்) (தமிழினி பதிப்பகம்)

நாடகம்

வடக்குமுகம் (நாடகங்கள்) (தமிழினி பதிப்பகம்)

வரலாறு

கொடுங்கோளூர் கண்ணகி (வரலாற்றுநூல், மொழியாக்கம்)
(தமிழினி பதிப்பகம்)

இலக்கியத் திறனாய்வு

இலக்கிய முன்னோடிகள் (ஏழு இலக்கிய விமரிசன நூல்கள்)

முதற்சுவடு,

கனவுகள் இலட்சியங்கள்,

சென்றதும் நின்றதும்,

மண்ணும் மரபும்,

அமர்தல் அலைதல்,

நவீனத்துவத்தின் முகங்கள்,

கரிப்பும் சிரிப்பும்

உள்ளுணர்வின் தடத்தில்... (கவிதை விமரிசனம்)

நாவல் (விமரிசனம்)

நவீனத்துவத்திற்குப் பின் தமிழ் கவிதை -தேவதேவனை
முன்வைத்து

ஆழ்நதியைத்தேடி (இலக்கிய விவாதம்)

நவீனத் தமிழிலக்கிய அறிமுகம்

இலக்கிய உரையாடல்கள் (நேர்காணல்கள்)

ஈழ இலக்கியம் ஒரு விமரிசனப்பார்வை,

புதிய காலம் -இலக்கிய விமரிசனம்,

மேற்குச் சாளரம் மேலை இலக்கிய அறிமுகம்,

எழுதும் கலை - இலக்கிய எழுத்துக்கு அறிமுகம்

செ. நடராஜன்செல்லம்

கண்ணீரைப் பின் தொடர்தல்-இருபத்திரண்டு இந்திய நாவல்கள்
குறித்த அறிமுகம்.
இலக்கிய முன்னோடிகள்
பழந்தமிழ் இலக்கியம்
சங்க சித்திரங்கள் (பண்டை இலக்கியம்)
மொழியாக்கம்
தற்கால மலையாளக் கவிதைகள் (மொழிபெயர்ப்பு)
இன்றைய மலையாளக் கவிதைகள் (மொழிபெயர்ப்பு)
சமீபத்திய மலையாளக் கவிதைகள் (மொழிபெயர்ப்பு)
அனுபவம்
வாழ்விலே ஒருமுறை (அனுபவக் கட்டுரைகள்)
இன்றுபெற்றவை (நாட்குறிப்புகள்)
புல்வெளிதேசம் (பயணக்கட்டுரை)
நிகழ்தல் (அனுபவக்குறிப்புகள்)
நாளும்பொழுதும் அனுபவக்குறிப்புகள்
முகங்களின் தேசம் (பயணக்கட்டுரை)
தத்துவமும் ஆன்மீகமும்
சிலுவையின் பெயரால் (ஆன்மீகம்)
இந்தியஞானம் (ஆன்மீகம்)
இந்துஞான மரபில் ஆறுதரிசனங்கள் (தத்துவம்)
இந்துமதம் சில விவாதங்கள் [சொல்புதிது]
பண்பாடு
எதிர்முகம் (இணையவிவாதங்கள்) தமிழினி பதிப்பகம்
பண்படுதல் (பண்பாட்டுக்கட்டுரைகள்) உயிர்மைபதிப்பகம்
தன்னுரைகள் (மேடை உரைகள்) உயிர்மைப்பதிப்பகம்
எழுதியனைக் கண்டுபிடித்தல் [இலக்கிய உரையாடல்கள்]
பொன்னிறப்பாதை

இன்று இவர் நாளை நாம்

விதிசமைப்பவர்கள்

ஆகவேகொலைபுரிக

பொது

நலம் (உடல்நலக்கட்டுரைகள்)

செ. நடராஜன்செல்லம்

சுந்தர ராமசாமி,(1931-2005)

சுந்தர ராமசாமி, (1931 - 2005)

வாழ்வில் எழுத்தாள் அனைவரையும் வியக்க வைத்த
வித்தகர்..
நவீனத் தமிழ் இலக்கியத்தின் மிகச் சிறந்த எழுத்தாளர்களுள்
ஒருவர்.
இவர் ஒரு நாவலாசிரியர், சிறுகதை எழுத்தாளர், கவிஞர் எனப்
பல இலக்கியவினங்களில் ஆளுமை பெற்றிருந்தார்.
பசுவய்யா என்ற புனைப்பெயரில் கவிதைகள் எழுதியவர்.
மார்க்சியக் கண்ணோட்டத்தில் தொடங்கியது இவர்
எழுத்துக்கள் (தண்ணீர், பொறுக்கி வர்க்கம்).

<h1 style="text-align:center">இன்று இவர் நாளை நாம்</h1>

இடைபட்ட காலத்தில் புத்தியலின் பலவெளிகளை படைத்தாலும் அவ்வப்போது வியன்புனைவிலும் திளைத்துள்ளார்..

தன் இளைய பருவத்தில், தொ.மு.சி.ரகுநாதனிடம் மிகுந்த ஈடுபாடு கொண்டிருந்தார்.

தொ.மு.சி-யினால் மார்க்ஸிய தத்துவங்களிலும் ஈர்க்கப்பட்டவராகவும் இருந்தார்.

பிறகு தொ.மு.சி ஆசிரியராக இருந்த சாந்தி என்ற இதழில் எழுதத் தொடங்கினார்.

1953 ஆம் ஆண்டு 'சாந்தி' பத்திரிக்கையில் இவர் எழுதிய 'தண்ணீர்' கதைக்கு முதல் பரிசு கிடைத்து..

இவர் சமூக சீர்திருத்தவாதிகளான காந்தி, பெரியார் ஈவெரா, அரவிந்தர், இராமகிருஷ்ண பரம அம்சர், இராம் மனோகர் லோகியா, ஜேசி குமரப்பா, ஜே கிருஷ்ணமூர்த்தி, தமிழ் இலக்கியத்தில் புத்துணர்திறனைப் புகுத்திய புதுமைப்பித்தன் எனப் பலரது நூல்களின் தாக்கத்துக்கு ஆட்பட்டுள்ளார். மேலும் மலையாள இலக்கியச்

சுடரான எம். கோவிந்தனை 1957இல் தொடர்பு கொண்டு தொடர்ந்து அவரது நண்பராக கடைசிவரை விளங்கியுள்ளார்.. 1950களில் பொதுவுடைமைத் தோழரான

ப. ஜீவானந்தம் அவர்களைச் சந்தித்துள்ளார். அதனால் இவருக்கு மார்க்சியத் தத்துவத் தாக்கம் ஏற்பட்டது.

சுந்தர ராமசாமி பெற்ற விருதுகள்

இவர் கீழ்வரும் விருதுகளைப் பெற்றார்.

குமரன் ஆசான் நினைவு விருது

செ. நடராஜன்செல்லம்

இயல்விருது தமிழ் இலக்கியத் தோட்டம் 2001இல் வாழ்நாள் சாதனைக்காகப் பெற்றார்.

கதா சூடாமணி விருது (2004

படைப்புகள்

நாவல்

ஒரு புளியமரத்தின் கதை (1966)

ஜே.ஜே. சில குறிப்புகள் (1981)

குழந்தைகள் பெண்கள் ஆண்கள் (1998)

சிறுகதைகள்

சுந்தர ராமசாமி சிறுகதைகள் முழு தொகுப்பு (2006)

விமர்சனம்/கட்டுரைகள்/மற்றவை

ந.பிச்சமூர்த்தியின் கலை: மரபும் மனிதநேயமும் (1991)

ஆளுமைகள் மதிப்பீடுகள் (2004)

காற்றில் கரைந்த பேரோசை

விரிவும் ஆழமும் தேடி

தமிழகத்தில் கல்வி: வே.வசந்தி தேவியுடன் ஒர் உரையாடல் (2000)

இறந்த காலம் பெற்ற உயிர்

இதம் தந்த வரிகள் (2002)

இவை என் உரைகள் (2003)

வானகமே இளவெயிலே மரச்செறிவே (2004)

வாழ்க சந்தேகங்கள் (2004)

புதுமைப்பித்தன்: மரபை மீறும் ஆவேசம்(2006)

புதுமைப்பித்தன் கதைகள் சுரா குறிப்பேடு (2005)

மூன்று நாடகங்கள் (2006)

இன்று இவர் நாளை நாம்

வாழும் கணங்கள் (2005)

கவிதை

சுந்தர ராமசாமி கவிதைகள் முழு தொகுப்பு (2005)

மொழிபெயர்ப்பு

செம்மீன் - தகழி சங்கரப்பிள்ளை(1962)

தோட்டியின் மகன்(புதினம்) - தகழி சங்கரப்பிள்ளை(2000)

தொலைவிலிருக்கும் கவிதைகள்(2004)

நினைவோடைகள்

க.நா.சுப்ரமண்யம் (2003)

சி.சு. செல்லப்பா (2003)

கிருஷ்ணன் நம்பி (2003)

ஜீவா (2003)

பிரமிள் (2005)

ஜி.நாகராஜன் (2006)

தி.ஜானகிராமன் (2006)

கு.அழகிரிசாமி.

சிறுகதைகள் பட்டியல்

1. முதலும் முடிவும்

2. தண்ணீர்

3. அக்கரை சீமையில்

4. பொறுக்கி வர்க்கம்

5. உணவும் உணர்வும்

6. கோவில் காளையும் உழவு மாடும்

செ. நடராஜன்செல்லம்

இன்று இவர் நாளை நாம்

பொன்னீலன்.. 1940

பொன்னீலன்.. 1940

பொன்னீலன் தமிழ் முற்போக்கு இலக்கியவாதிகளில் குறிப்பிடத்தக்க படைப்பாளி..

சிறுவயதிலேயே மார்க்சிய ஈடுபாடு கொண்டிருந்தார்..

மார்க்ஸிய ஆய்வாளர் நா.வானமாமலையுடன் கொண்ட தொடர்பும் வானமாமலை நடத்திய 'ஆராய்ச்சி' என்ற சிற்றிதழுமே தன்னை உருவாக்கிய சக்திகள் என்று பொன்னீலன் குறிப்பிடுகிறார்...

பொன்னீலனின் பெரும் படைப்பு 1992ல் வெளிவந்த 'புதிய தரிசனங்கள்' என்ற இரண்டு பாக நாவல். இந்திரா காந்தி அமுல்படுத்திய நெருக்கடிநிலைக் காலத்தைச் சித்தரிக்கும் இந்நாவல் ஜனநாயகத்தின் வேர்களைத் தேடும்படைப்பு...

செ. நடராஜன்செல்லம்

1994 ம் வருடத்திற்கான சாகித்ய அக்காதமி விருதைப் புதிய தரிசனங்கள் நாவலுக்காகப் பெற்றார். பொன்னீலனின் 'உறவுகள்' என்ற சிறுகதை மகேந்திரனால் 'பூட்டாத பூட்டுகள்' என்ற பெயரில் திரைப்படமாக வெளிவந்தது..

புதினங்கள் தொகுப்பு

கரிசல்

கொள்ளைக்காரர்கள்

புதிய தரிசனங்கள்

தேடல்

மறுபக்கம்

பிச்சிப் பூ

புதிய மொட்டுகள்

ஊற்றில் மலர்ந்தது

சிறுகதைகள் தொகுப்பு

இடம் மாறிவந்த வேர்கள்

திருமணங்கள் சொர்க்கத்தில் நிச்சயிக்கப்படுகின்றன

உறவுகள்

புல்லின் குழந்தைகள்

அன்புள்ள

நித்யமானது

சக்தித்தாண்டவம் (தொகுப்பாளர் அழகு நீலா)

பொட்டல் கதைகள்

அத்தானிக் கதைகள்

கட்டுரைகள் தொகுப்பு

புவி எங்கும் சாந்தி நிலவுக (10.09. 85 முதல் 02. 10.85
வரையிலான சமாதான யாத்திரை அனுபவங்களின் தொகுப்பு)
தற்காலத் தமிழிலக்கியமும் திராவிட சித்தாந்தங்களும்
முற்போக்கு இலக்கிய இயக்கங்கள்
சுதந்திர தமிழகத்தில் கலை இலக்கிய இயக்கங்கள்
சாதி மதங்களைப் பாரோம்
தாய்மொழிக் கல்வி
தமிழ்நாடு கலை இலக்கியப் பெருமன்ற வரலாறு
தெற்கிலிருந்து (வாழ்க்கை வரலாறு கட்டுரைகள்)
தமிழ் நாவல்கள்

வாழ்க்கை வரலாறுகள் தொகுப்பு

ஜீவா என்றொரு மாணுடன்
தவத்திரு குன்றக்குடி அடிகளார் தமிழகத்தின் ஆன்மீக
வழிகாட்டி
வைகுண்டர் காட்டும் வாழ்க்கை நெறி
ஒரு ஜீவநதி
தொ. மு. சி, ரகுநாதன் (இந்திய இலக்கியச் சிற்பிகள்)..

செ. நடராஜன்செல்லம்

M.V.வெங்கட்ராம் (1920-2000)

M.V.வெங்கட்ராம் (1920-2000)

80 வயது..

எழுத்தாளர் 16 வயதில் முதன்முதலில் இவர் எழுதிய சிட்டுக்குருவி என்ற சிறுகதை மணிக்கொடியில் வெளியானது

1993 ஆம் ஆண்டு காதுகள் என்ற புத்தகத்திற்கு சாகித்திய அகாதமி விருது கிடைத்தது..பட்டு சரிகை வணிகம் செய்து கொண்டு சிறுகதையை எழுதினார் பின்பு அதை கைவிட்டு விட்டு முழுநேர எழுத்தாளர் ஆனார் நிறைய சிறு நூல்கள் எழுதியுள்ளார் 1952 ஆம் ஆண்டு கவுன்சில் தேர்தலில் காங்கிரஸ் சார்பில் போட்டியிட்டு தோல்வியடைந்தார்

இவரது படைப்புகள்..

புதினங்கள் தொகுப்பு..

நித்தியகன்னி

இருட்டு

உயிரின் யாத்திரை

அரும்பு

ஒரு பெண் போராடுகிறாள்

வேள்வித் தீ

காதுகள்

சிறுகதைத் தொகுதிகள்

குயிலி (1964)

மாளிகை வாசம் (1964)

வரவும் செலவும் (1964)

மோகினி (1965)

உறங்காத கண்கள்(1968)

அகலிகை முதலிய அழகிகள் (1969)

இனி புதிதாய் (1992)

எம்.வி. வெங்கட்ராம் சிறுகதைகள் (1992)

முத்துக்கள் பத்து (2007)

பனிமுடி மீது கண்ணகி

செ. நடராஜன்செல்லம்

குறுநாவல்கள் தொகுப்பு

நானும் உன்னோடு மற்றும் 6 குறுநாவல்கள்

கட்டுரைத் தொகுப்புகள்

என் இலக்கிய நண்பர்கள்

நாட்டுக்கு உழைத்த நல்லவர் (40-க்கும் மேற்பட்ட நூல்கள்)

இன்று இவர் நாளை நாம்

இன்குலாப் (1944-2016)

இன்குலாப் (1944-2016)

72 வயது..

தமிழ் கவிஞர்,பேராசிரியர், நாடக ஆசிரியர்,சிறுகதை எழுத்தாளர், பத்திரிக்கையாளர், பத்தி எழுத்தாளர், பொதுவுடைமை சிந்தனையாளர்,
2017 ஆம் ஆண்டு சாகித்திய அகாதமி விருது இவர் எழுதிய காந்தள் நாட்கள் என்ற நூலுக்கு அவரின் மறைவுக்கு பின் அதை அவர் குடும்பம் வாங்க மறுத்து விட்டனர் ..

செ. நடராஜன்செல்லம்

கவிதைத்தொகுதிகள் தொகுப்பு

இன்குலாப் கவிதைகள் (1972)

வெள்ளை இருட்டு (1977)

சூரியனைச் சுமப்பவர்கள் (1981 திசம்பர்)

கிழக்கும் பின்தொடரும் (1985 பிப்ரவரி)

கூக்குரல்

இன்குலாப் கவிதைகள் - தொகுதி இரண்டு

ஒவ்வொரு புல்லையும் (மேற்குறிப்பிட்ட தொகுப்புகளும் புதிய கவிதைகளும் அடங்கியது 1999)

ஒவ்வொரு புல்லையும் - இரண்டாம் பதிப்பு (1972 முதல் 2004 வரை எழுதிய கவிதைகளின் தொகுதி - 2004)

பொன்னிக்குருவி (2007 நவம்பர்)

புலிநகச்சுவடுகள்

காந்தள் நாட்கள் (2016) - 2017 ஆம் ஆண்டிற்கான சாகித்யா அகாதெமி விருது பெற்ற நூல்

ஒவ்வொரு புல்லையும் பெயர்சொல்லி அழைப்பேன் (2017) அனைத்துக்கவிதைகளும் அடங்கியது)

பாலையில் ஒரு சுனை

கட்டுரைத்தொகுதிகள் தொகு

யுகாக்கினி

ஆனால்

நாடக நூல்கள் தொகு

இன்று இவர் நாளை நாம்

ஒளவை

மணிமேகலை

குரல்கள்

துடி

மீட்சி

இன்குலாப் நாடகங்கள் (அனைத்து நாடகங்களும் அடங்கியது)

நேர்காணல்கள் தொகு

அகிம்சையின் குரலை ஆதிக்கவாதிகள் கேட்பதில்லை

மானுடக்குரல் : இன்குலாப் நேர்காணல்கள் (அனைத்து

நேர்காணல்களும் அடங்கியது)

மொழிபெயர்ப்புகள் தொகு

'மார்க்சு முதல் மாசேதுங் வரை' - எஸ் .வி. ராஜதுரையுடன்

இணைந்து

செ. நடராஜன்செல்லம்

சிற்பி பாலசுப்பிரமணியம்

சிற்பி பாலசுப்பிரமணியம்

பிறப்பு

சூலை 29, 1936

ஆத்துப் பொள்ளாச்சி, பொள்ளாச்சி, கோவை மாவட்டம்

கவிஞர், மொழிபெயர்ப்பாளர், பேராசிரியர், இதழாசிரியர்
சிறந்த கவிஞர், புகழ்பெற்ற கல்வியாளர், இலக்கிய
இதழாசிரியர் எனப் பன்முகம் கொண்ட ஒரு பல்துறை
அறிஞர்...

1958-1989 விரிவுரையாளர் - பேராசிரியர் - தமிழ்த்துறைத்
தலைவர், நல்லமுத்துக் கவுண்டர் மகாலிங்கம் கல்லூரி..

இன்று இவர் நாளை நாம்

1989-1997 தமிழியல் துறைத் தலைவர், பாரதியார் பல்கலைக்கழகம்..

1996-இல் தொடங்கப்பட்ட சிற்பி அறக்கட்டளை தமிழில் தலைசிறந்த கவிஞர்களுக்கு ஆண்டுதோறும் விருதுகள், பரிசுகள் அளித்து வருகிறது...

சாகித்ய அகாதமி மொழிபெயர்ப்பு விருது - 2000 (அக்கினி சாட்சி நாவலுக்கு - 2001)..

சாகித்ய அகாதமி படைப்பிலக்கிய விருது 2002 - (ஒருகிராமத்து நதி கவிதை நூலுக்கு - (2003)..

40 க்கும் மேற்பட்ட அத்தனை விருதுகளையும் பெற்றுள்ளார்..

மௌன மயக்கங்கள் - கவிதை நூல் - தமிழக அரசு விருது (1982)

பாவேந்தர் விருது - தமிழக அரசு (1991)

கபிலர் விருது - கவிஞர் கோ பட்டம் - குன்றக்குடி அடிகளார் (1992)

A Comparative study of Bharati and Vallathol

உ. சுப்பிரமணியனார் ஆங்கில நூல் பரிசு - தமிழ்ப் பல்கலைக்கழகம் (1994)

இந்துஸ்தான் லீவர் Know your India போட்டி முதல் பரிசு (1970)

பாஸ்கர சேதுபதி விருது - முருகாலயா - சென்னை (1995)

தமிழ் நெறிச் செம்மல் விருது - நன்னெறிக் கழகம் கோவை (1996)

திருப்பூர் தமிழ்ச் சங்க விருது - சிற்பியின் கவிதை வானம் நூலுக்கு - (1997)

கம்பன் கலைமணி விருது - கம்பன் அறநிலை, கோவை (1998)

செ. நடராஜன்செல்லம்

சொல்கட்டுக் கவிஞர் விருது - திருவாரூர் இயல் தமிழ் பதிப்பகம் (1990)

தமிழ்ப் புலமைக்கான சென்னை கொங்கு நண்பர்கள் சங்க விருது (1997)

மூத்த எழுத்தாளருக்கான லில்லி தேவசிகாமணி விருது (1998)

ராணா விருது - ஈரோடு இலக்கியப் பேரவை (1998)

சிறந்த தமிழ்க் கவிஞர் விருது - கேரள பண்பாட்டு மையம் (1998)

இருபதாம் நூற்றாண்டில் சிறந்த எழுத்தாளர் விருது - DIYA (1998)

பாரதி இலக்கிய மாமணி விருது - அனைத்திந்தியத் தமிழ் எழுத்தாளர் மன்றம், சென்னை (1998)

'பூஜ்யங்களின் சங்கிலி' - தமிழ்நாடு அரசு பரிசு (1998)

'The Pride of Pollachi' விருது - பொள்ளாச்சி காஸ்மோ பாலிடன் கிளப் (1999)

ராஜா சர் அண்ணாமலைச் செட்டியார் பிறந்த நாள் பரிசு - மதுரைத் தமிழிசைச் சங்கம் (2000)

சாகித்ய அகாதமி மொழிபெயர்ப்பு விருது - 2000 (அக்கினி சாட்சி நாவலுக்கு - 2001)

சாகித்ய அகாதமி படைப்பிலக்கிய விருது 2002 - (ஒருகிராமத்து நதி கவிதை நூலுக்கு - (2003)

பாரதி விருது - தமிழ்நாடு கலை இலக்கியப் பெருமன்றம் (2002)

மகாகவி உள்ளூர் விருது - திருவனந்தபுரம் தமிழ்ச் சங்கம் (2003)

பணியில் மாண்பு விருது - ரோட்டரி சங்கம் (வடக்கு) கோவை (2003)

இன்று இவர் நாளை நாம்

தலைசிறந்த பழைய மாணவர் விருது- ஜமால் முகமது கல்லூரி (2003)

பாரதி பாவாணர் விருது - மகாகவி பாரதி அறக்கட்டளை கோயம்புத்தூர் (2004)

பாராட்டு விருது - அரிமா மாவட்டம் 324 / 01 வட்டார மாநாடு, கோயம்புத்தூர் (2004)

தமிழ் வாகைச் செம்மல் விருது - சேலம் தமிழ்ச் சங்கம் (2005)

ராஜா சர் முத்தையா விருது (2009)

கவிக்கோ அப்துல்ரகுமான் விருது (2006)

அரிமா சங்கம் பொள்ளாச்சி, பிரம்மகுரு விருது (2007)

ரோட்டரி சங்கம் பொள்ளாச்சி [No Paragraph Style]For the Sake of Honour Award (2008)

வெற்றித் தமிழர் பேரவை விருது (2008)

தமிழ்நாடு அரசு கலைமாமணி விருது (2009)

'நல்லி' திசை எட்டும் மொழியாக்க விருது (2010)

ச.மெய்யப்பன் அறக்கட்டளை - தமிழறிஞர் விருது (2010)

பாரதிய வித்யாபவன் கோவை, தமிழ்மாமணி விருது (2010)

கம்பன் கழகம் சென்னை எம்.எம்.இஸ்மாயில் விருது (2010)

பப்பாசி கலைஞர் பொற்கிழி விருது (2012)

கவிதை நூல்கள் (20)

கவிதை நாடகம் (1)

சிறுவர் நூல்கள் (2)

உரைநடை நூல்கள் (13)

வாழ்க்கை வரலாற்று நூல்கள் (8)

மொழிபெயர்ப்பு நூல்கள் (11)

இலக்கிய வரலாறு (1)

செ. நடராஜன்செல்லம்

ஆங்கில நூல் (1)

அறக்கட்டளைப் பொழிவு நூல்கள் (3).

உரை நூல்கள் (3)

பதிப்பித்த நூல்கள் (11)...

கவிதை நூல்கள் (20) தொகுப்பு

நிலவுப் பூ (1963) கோலம் வெளியீடு , பொள்ளாச்சி
முதற்பதிப்பு-1963

சிரித்த முத்துக்கள் (1966) மணிவாசகர் பதிப்பகம் சென்னை,
முதற்பதிப்பு-1968

ஒளிப்பறவை (1971) அன்னம் வெளியீடு சிவகங்கை
முதற்பதிப்பு-1971

சர்ப்ப யாகம் (1976) கோலம் வெளியீடு , பொள்ளாச்சி
முதற்பதிப்பு-1976

புன்னகை பூக்கும் பூனைகள் (1982) அன்னம் வெளியீடு
சிவகங்கை முதற்பதிப்பு-1982

மௌன மயக்கங்கள் (தமிழக அரசு பரிசு பெற்றது) (1982)

சூரிய நிழல் (1990) கோலம் வெளியீடு , பொள்ளாச்சி
முதற்பதிப்பு-1990 இரண்டாம் பதிப்பு 1995

இறகு (1996) கோலம் வெளியீடு , பொள்ளாச்சி

சிற்பியின் கவிதை வானம் (1996)(திருப்பூர் தமிழ்ச்சங்க விருது
பெற்றது) மணிவாசகர் பதிப்பகம் சென்னை, முதற்பதிப்பு-1996

ஒரு கிராமத்து நதி (1998)(சாகித்ய அகாதெமி விருது பெற்றது)

பூஜ்யங்களின் சங்கிலி (தமிழக அரசு பரிசு பெற்றது) (1999)
கோலம் வெளியீடு , பொள்ளாச்சி

பெருமூச்சுகளின் பள்ளத்தாக்கு(2001)

இன்று இவர் நாளை நாம்

பாரதி - கைதி எண் : 253 (2002)

மூடுபனி (2003)

சிற்பி : கவிதைப் பயணங்கள் (2005)

தேவயானி (2006)

மகாத்மா (2006)

சிற்பி கவிதைகள் தொகுதி - 2 (2011)

நீலக்குருவி (2012)

கவிதை வானம் (சிற்பியின் கவிதைத் தொகுப்பு)

கவிதை நாடகம் (1) தொகுப்பு

ஆதிரை (1992)

சிறுவர் நூல்கள் (2) தொகுப்பு

சிற்பி தரும் ஆத்திசூடி (1993)

வண்ணப்பூக்கள் (1994)

உரைநடை நூல்கள் (13) தொகுப்பு

இலக்கியச் சிந்தனைகள் (1989)

மலையாளக் கவிதை (1990)

இல்லறமே நல்லறம் (1992)

அலையும் சுவடும் (1994)

மின்னல் கீற்று (1996)

சிற்பியின் கட்டுரைகள் (1996)

படைப்பும் பார்வையும் (2001)

கவிதை நேரங்கள் (2003)

மகாகவி (2003)

நேற்றுப் பெய்த மழை (2003)

செ. நடராஜன்செல்லம்

காற்று வரைந்த ஓவியம் (2005)

புதிர் எதிர் காலம் (2011)

மனம் புகும் சொற்கள் (2011)

வாழ்க்கை வரலாற்று நூல்கள் (8) தொகு

இராமானுசர் வரலாறு (1999)

ம.ப.பெரியசாமித் தூரன் (1999)

பாரத ரத்னம் சி.சுப்பிரமணியம் (1999)

ஆர்.சண்முகசுந்தரம் (2000)

சே.ப. நரசிம்மலு நாயுடு (2003)

மகாகவி பாரதியார் (2008)

நம்மாழ்வார் (2008)

தொண்டில் கனிந்த தூரன் (2008)

மொழிபெயர்ப்பு நூல்கள் (11) தொகுப்பு

கவிதைகள் (5) தொகுப்பு

சச்சிதானந்தன் கவிதைகள் (1998)

உஜ்ஜயினி (ஓ.என்.வி.குரூப்) (2001)

கவிதை மீண்டும் வரும் (சச்சிதானந்தன்) (2001)

காலத்தை உறங்க விடமாட்டேன் (என்.கோபி) (2010)

கே.ஜி. சங்கரப்பிள்ளை கவிதைகள் (2012)

புதினங்கள் (3) தொகுப்பு

அக்கினி சாட்சி (லலிதாம்பிகா அந்தர்ஜனம்) (1996) (சாகித்ய
அகாதெமி விருது பெற்றது)

ஒரு சங்கீதம் போல (பெரும்படவம் ஸ்ரீதரன்) (1999)

வாராணசி (எம்.டி.வாசுதேவன் நாயர்) (2005)

பிற(3) தொகு

தேனீக்களும் மக்களும் (1982)

இன்று இவர் நாளை நாம்

சாதனைகள் எப்போதும் சாத்தியந்தான் (கிரண்பேடி) (2006)
வெள்ளிப்பனி மலையின்மீது (எம்.பி.வீரேந்திரகுமார்)(2009)

இலக்கிய வரலாறு (1) தொகுப்பு
தமிழ் இலக்கிய வரலாறு (2010)

ஆங்கில நூல் (1) தொகுப்பு
A Comparative Study of Bharati and Vallathol (1991)

அறக்கட்டளைப் பொழிவு நூல்கள் (3) தொகுப்பு
கம்பனில் மானுடம் (2002)
இருபதாம் நூற்றாண்டுத் தமிழ்க் கவிதை (2006)
பாரதிதாசனுக்குள் பாரதி (2011)

உரை நூல்கள் (3) தொகுப்பு
திருப்பாவை : உரை (1999)
திருக்குறள் : சிற்பி உரை (2001)
மார்கழிப்பாவை (2009)
(திருப்பாவை,திருவெம்பாவை,திருப்பள்ளியெழுச்சி உரை)

தொகுப்பு நூல்கள் தொகுப்பு
நதிக்கரைச் சிற்பங்கள் (2012)
பதிப்பித்த நூல்கள் (11)` தொகு
மகாகவி பாரதி சில மதிப்பீடுகள் (1982)
பாரதி - பாரதிதாசன் படைப்புக்கலை (1992)
தமிழ் உலா I & II (1993)
பாரதி என்றொரு மானுடன் (1997)

செ. நடராஜன்செல்லம்

மருதவரை உலா (1998)

நாவரசு (1998)

அருட்பா அமுதம் (2001)

பாரதியார் கட்டுரைகள் (2002)

மண்ணில் தெரியுது வானம் (2006)

கொங்கு களஞ்சியம் (2006)

வளமார் கொங்கு (2010)

வியக்க வைத்த எழுத்தாளர்..

மா.இராமலிங்கம் (1939)

மா.இராமலிங்கம் (1939)

திருத்துறைபூண்டி யில் பிறந்தவர்

ஒரு தமிழ் எழுத்தாளர் மற்றும் மொழிபெயர்ப்பாளர்..

எழில்முதல்வன் என்ற பெயரில் அறியப்பட்டவர்.

இவர் 1964 ஆம் ஆண்டு தமிழக அரசின் கல்வித்துறையில் பணியில் சேர்ந்தார்.

தமிழ் இலக்கிய விமர்சனம் குறித்து ஏழு புத்தகங்கள் எழுதியுள்ளார்...

இலக்கிய விமர்சன நூலான புதிய உரைநடை 1981 ஆம் ஆண்டில் தமிழுக்கான சாகித்திய அகாதமி விருது பெற்றது..

நாவல் இலக்கியம் (1972)

இருபதாம் நூற்றாண்டுத் தமிழ் இலக்கியம்(1973)

புனைகதை வளம்(1973)

அகிலனின் கலையும் கருத்தும்(1974)

விடுதலைக்குப்பின் தமிழ்ச்சிறுகதைகள்(1977)

புதிய உரைநடை(1978)

இலக்கியத் தகவு(1979)

திறனாய்வுநெறி(1983)

நோக்குநிலை(1984)

உரைகல்லும் துலாக்கோலும்(1989)

பனிப்பாறையும் சில தீப்பொறிகளும்(1990)

கவண்கற்களும் சிறகுகளும்(2000)

கவிதைகள் தொகுப்பு

இனிக்கும் நினைவுகள்(1966)

எங்கெங்கு காணினும்(1982)

இரண்டாவது வருகை(1985)

யாதுமாகி நின்றாய்(1986)

தமிழ்க்கனல்(1987)

எழில்முதல்வன் கவிதைகள்(2000)

புனைகதை நூல்கள் தொகுப்பு

பொய்யான இரவுகள்(1973)

அதற்கு விலையில்லை(1974)

நாளைக்கும் இதே கியூவில்(1985)

இன்று இவர் நாளை நாம்

வாழ்க்கை வரலாறு
பேராசிரியரியப் போராளி(2013)

மொழிபெயர்ப்பு நூல்கள் தொகுப்பு

மகாகவி உள்ளூர்(1986)

ஜதீந்திரநாத் சென்குப்தா(1992)

பாபா பரீத்(1994)

நிச்சய தாம்பூலம்(2008)

பொழுது புலர்ந்தது(2009)

பாகிஸ்தான் கதைகள்(2010)

கபீரின் நூறு பாடல்கள்(2011)

கிழக்கு- மேற்கு பாகம்1(அச்சில்)

செ. நடராஜன்செல்லம்

ஈரோடு தமிழன்பன் (1933)

ஈரோடு தமிழன்பன் (1933)

ஒரு தமிழகக் கவிஞர் ஆவார். ஆசிரியர், மரபுக் கவிஞர்,
கவியரங்கக் கவிஞர், புதுக்கவிதைக் கவிஞர், சிறுகதை
ஆசிரியர், புதின ஆசிரியர், நாடக ஆசிரியர், சிறார் இலக்கியப்
படைப்பாளி, வாழ்க்கை வரலாற்றாசிரியர், திறனாய்வாளர்,
கட்டுரையாளர், ஓவியர், சொற்பொழிவாளர், திரைப்பட
இயக்குநர், திரைப்பட பாடலாசிரியர், என பன்முகப்பட்ட
ஆளுமைகளைக் கொண்டிருப்பவர்..
சென்னை தொலைக்காட்சி நிலையத்தில் செய்தி
வாசிப்பாளாராக பணியாற்றியவர்..
தமிழ்நாடு அரசின் அறிவியல் தமிழ் மன்றத்தின்
உறுப்பினராகவும் [4] பணியாற்றி உள்ளார்..
வணக்கம் வள்ளுவ என்னும் கவிதைத் தொகுப்பிற்காக
சாகித்திய அகாதமி விருதை 2004 ஆம் ஆண்டில் பெற்றார்

இன்று இவர் நாளை நாம்

தமிழக அரசின் கலைமாமணி விருது..

தமிழன்பன் கவிதைகள்

நெஞ்சின் நிழல்

 சிலிர்ப்புகள் கவிதை

தீவுகள் கரையேறுகின்றன

தோணிகள் வருகின்றன

அந்த நந்தனை எரித்த நெருப்பின் மிச்சம்

காலத்திற்கு ஒரு நாள் முந்தி

Tamil thahu

ஊமை வெயில்

குடை ராட்டினம்

சூரியப் பிறைகள்

என்னைக்கவர்ந்த பெருமானார் (ஸல்) கண்ணுக்கு வெளியே

சில கனாக்கள்

என் வீட்டுக்கு எதிரே ஓர் எருக்கஞ் செடி

நடை மறந்த நதியும் திசை மாறிய ஓடையும்

அணைக்கவா என்ற அமெரிக்கா

உன் வீட்டிற்கு நான் வந்திருந்தேன்.... வால்ட் விட்மன்

பாரதிதாசனோடு பத்து ஆண்டுகள் கட்டுரைகள்

வணக்கம் வள்ளுவ!

சென்னிமலைக் கிளிளோப்பாத்ராக்கள்

வார்த்தைகள் கேட்ட வரம்

மதிப்பீடுகள் திறனாய்வு மருதா

இவர்களோடும் இவற்றோடும்

கனாக்காணும் வினாக்கள்

மின்னல் உறங்கும் போது

செ. நடராஜன்செல்லம்

கதவைத் தட்டிய பழைய காதலி
விடியல் விழுதுகள்
கவின் குறு நூறு கவிதை
பாப்லோ நெருதா பார்வையில் இந்தியா கட்டுரை
இடுகுறிப் பெயரில்லை
ஓலைச்சுவடியும் குறுந்தகடும்
சொல்ல வந்தது....

இன்று இவர் நாளை நாம்

தானியல் செல்வராசு

தானியல் செல்வராசு

(டி. செல்வராஜ் 1938 - 2019)

1938 ஆம் ஆண்டு ஜனவரி 14 ஆம் நாள் நெல்லை மாவட்டம் தென்கலம் கிராமத்தில் டேனியல் - ஞானம்மாள் தம்பதியினருக்கு மகனாகப் பிறந்தார். ஒடுக்கப்பட்ட சமூகத்தைச் சார்ந்த டி.செல்வராஜின் தந்தையார் தேவிகுளம், மூணாறு தேயிலைத் தோட்டங்களில் கங்காணியாகப் பணியாற்றினார். ..

ஒர் முற்போக்குத் தமிழ் எழுத்தாளரும் வழக்கறிஞரும் ஆவார் சென்னை உயர்நீதிமன்றத்தின் மதுரைக் கிளையில் வழக்கறிஞராகப் பணியாற்றியவர்..

செ. நடராஜன்செல்லம்

கல்லூரிக்காலத்திலேயே நெல்லையில் தோழர்கள் தி. க. சிவசங்கரன்,தொ.மு.சி. இரகுநாதன், பேராசிரியர் நா. வானமாமலை போன்ற இடதுசாரி இலக்கியவாதிகளான தோழர்களுடன் நட்பு ஏற்பட்டது..

1975-இல் செம்மலர் எழுத்தாளர்கள் 32 பேர்கூடி தமிழ்நாடு முற்போக்கு எழுத்தாளர் சங்கம் என்கிற அமைப்பைத் தொடங்கியபோது அதில் முன்னணிப் பாத்திரம் வகித்தவர் ... திண்டுக்கல்லில் 40 களில் கம்யூனிஸ்ட்கள் தலைமையில் நடத்தப்பட்ட தோல் பதனிடும் தொழிலாளர்களின் போராட்ட வரலாற்றை "தோல்" என்ற நாவலாகப் படைத்தளித்தார்.அதற்கு 2012 ஆம் ஆண்டுக்கான சாகித்ய அகாடமி விருது கிடைத்தது... சிறுகதைகள் தொகு

200க்கும் மேற்பட்டசிறுகதைகள் எழுதியிருக்கிறார். அவை, "நோன்பு" உள்ளிட்ட சில தொகுதிகளாக வெளிவந்துள்ளன.

சிறுகதைகள்

நோன்பு (ஆண்டாளைப் பற்றியது)

கிணறு

தொண்டன்

தாழம்பூ

ஊர்க்குருவியும் பருந்தும்

பணமும் குலமும்

சுயேச்சை சுந்தரலிங்கம்

அனாதைகள்

புதினங்கள் தொகுப்பி

இன்று இவர் நாளை நாம்

6 நாவல்கள் எழுதியுள்ளார்

மலரும் சருகும் (திருநெல்வேலியில் விவசாயிகளின் போராட்டத்தை மையமாகக் கொண்டது).

தேனீர் (தேயிலைத் தோட்டத் தொழிலாளர்களைப் பின்னணியாகக் கொண்டது) இது திரைப்படமாகவும் வந்துள்ளது.

மூலதனம் (நெருக்கடிநிலைக் காலத்தைப் பின்னணியாகக்கொண்டது)
தோல்..

ஒரங்க நாடகம் தொகுப்பு
50 ஒரங்க நாடகம்

வாழ்க்கை வரலாறு தொகுப்பு
இருவரின் வாழ்க்கை வரலாறு, .

செ. நடராஜன்செல்லம்

ஜோ டி குருஸ் (Joe D Cruz)

1963..

ஜோ டி குருஸ் (Joe D Cruz) 1963..

தமிழ் நெய்தல்குடிகளின் வாழ்வை இலக்கியத்தில் பதிவுசெய்த குறிப்பிடத்தக்க எழுத்தாளர் ஆவார். திருநெல்வேலி மாவட்டம் கடற்கரை கிராமமான உவரியில் பிறந்தவர். முப்பது ஆண்டுகளுக்கும் மேலாக சரக்குக் கப்பல் நிறுவனங்களில், இந்தியாவின் பல்வேறு பகுதிகளில் தலைமைப் பொறுப்பில் பணியாற்றியவர். தற்போது சென்னை இராயபுரத்தில் வணிகக் கப்பல்களுக்கான ஆலோசனை நிறுவனம் ஒன்றையும் நடத்திவருகிறார்.

இவரது இரு புதினங்களும் மீன்பிடி தொழில் புரியும் பரதவர் வாழ்க்கையைக் களமாகக் கொண்டவை.

இவரது கொற்கை என்ற புதினத்திற்காக 2013ஆம் ஆண்டிற்கான சாகித்திய அகாதமி விருது வழங்கப்பட்டுள்ளது..

கனடா இலக்கியத் தோட்ட விருது-2006...

இன்று இவர் நாளை நாம்

சுஜாதா-உயிர்மை விருது-2011 (கொற்கை)..
லூர்தம்மாள் சைமன் இலக்கிய விருது-2013 இலயோலா
இலக்கிய விருது -2014.
 இலக்கிய வீதி அன்னம் விருது- 2014,
உஸ்தாத் பிஸ்மில்லாகான் விருது-2015,
திருவள்ளுவர் இலக்கிய விருது-2015..

படைப்புகள்..

புலம்பல்கள் (கவிதை)

ஆழி சூழ் உலகு (நாவல்)

விடியாத பொழுதுகள் (ஆவணப்படம்)

கொற்கை (நாவல்)

ஆழி சூழ் உலகு (நாவல்)

TOWARDS DAWN (ஆவணப்படம்)

தமிழ் எனது சனமே (ஆவணப்படம்)

அஸ்தினாபுரம் (நாவல்)

வேர்பிடித்த விளைநிலங்கள் (தன்வரலாறு)

இணையம் துறைமுகம் (ஆவணப்படம்)

கவனம் ஈர்க்கும் கடலோரம் (கட்டுரைகள்)

செ. நடராஜன்செல்லம்

நாஞ்சில் நாடன் (1947)

நாஞ்சில் நாடன் (1947)

வீர நாராயணமங்கலம் (கன்னியாகுமரி மாவட்டம்)) நவீன தமிழ் இலக்கியத்தின் முக்கியப் படைப்பாளர்களில் ஒருவர். இவரது இயற்பெயர் க.சுப்பிரமணியம்...

வேலையின் காரணமாகப் பல ஆண்டுகள் மும்பையில் வாழ்ந்தார். தற்போது கோயம்புத்தூரில் வாழ்ந்து வருகிறார்... தெய்வங்கள் ஓநாய்கள் ஆடுகள் என்ற சிறுகதைத்தொகுதி மூலம் புகழ்பெற்றார். தலைகீழ்விகிதங்கள் இவரது முதல் நாவல்...

தலைகீழ் விகிதங்கள் நாவலை இயக்குநர் தங்கர்பச்சான் சொல்ல மறந்த கதை என்ற பெயரில் திரைப்படமாக்கி இருக்கிறார்...

2010ஆம் ஆண்டுக்கான சாகித்திய அகாதமி விருது இவரது "சூடிய பூ சூடற்க" என்ற சிறுகதைத் தொகுப்பிற்கு வழங்கப்பட்டது...

படைப்புகள்

புதினங்கள் தொகுப்பு

1977 தலைகீழ் விகிதங்கள்

1979 என்பிலதனை வெயில்காயும்

1981 மாமிசப்படைப்பு

1986 மிதவை

1993 சதுரங்க குதிரை

1998 எட்டுத் திக்கும் மதயானை

சிறுகதை தொகுதிகள் தொகுப்பு

1981 தெய்வங்கள் ஆடுகள் ஓநாய்கள்

1985 வாக்குப்பொறுக்கிகள்

1990 உப்பு

1994 பேய்க்கொட்டு

2002 பிராந்து

2004 நாஞ்சில் நாடன் கதைகள்

சூடிய பூ சூடற்க

முத்துக்கள் பத்து (தேர்ந்தெடுக்கப்பட்ட சிறுகதைகளின் தொகுப்பு)

கான் சாகிப்

கொங்குதேர் வாழ்க்கை

செ. நடராஜன்செல்லம்

கவிதை தொகுப்பு

2001 மண்ணுள்ளிப் பாம்பு
பச்சை நாயகி
வழுக்குப்பாறை
புளிக்கும் ஆப்பழம்

கட்டுரைகள் தொகுப்பு

2003 நாஞ்சில் நாட்டு வெள்ளாளர் வாழ்க்கை
2003 நஞ்சென்றும் அமுதென்றும் ஒன்று
நதியின்பிழையன்று நறும்புனல் இன்மை
தீதும் நன்றும்
திகம்பரம்.
காவலன் காவான் எனின்
அம்பறாத்தூணி (கம்பராமாயணம் குறித்த கட்டுரை தொகுதி)
அகம் சுருக்கேல்
எப்படிப் பாடுவேனோ?
2015 கைம்மண் அளவு (குங்குமம் வார இதழ் கட்டுரைகள்)

இன்று இவர் நாளை நாம்

ஆ. மாதவன்

(A. Madhavan, 1934 - 2021)

ஆ. மாதவன் (A. Madhavan, 1934 - 2021)

கேரளாவின் திருவனந்தபுரத்தில் பிறந்து வசித்த தமிழ்
எழுத்தாளர் ஆவார். 1955 ஆம் ஆண்டு முதல் தொடர்ந்து
சிறுகதைகள், நாவல்கள் எழுதிவரும் முக்கிய படைப்பாளி.
இவரது பல சிறுகதைகள் நூல்களாக வெளியிடப்பட்டுள்ளன.
திராவிட எழுத்துக்களால் ஈர்க்கப்பட்டு எழுத்தாளராக ஆனவர்.
கிருஷ்ண பருந்து உட்பட 3 புதினங்களை எழுதியுள்ளார்.
இவருக்கு 2015 ஆம் ஆண்டுக்கான சாகித்ய அகாடமி விருது
'இலக்கிய சுவடுகள்' என்ற திறனாய்வு நூலுக்காக
வழங்கப்பட்டது...
1974இல் ஆ. மாதவனின் முதல் நாவலான 'புனலும் மணலும்'
வெளிவந்தது. கரமனையாற்றில் மணல் அள்ளும் ஒரு
குடும்பத்தின் கதை அது. அந்நாவல் அதன் யதார்த்தத்துக்காகப்
பெரிதும் கவனிக்கப்பட்டது. 1982இல் வெளிவந்த
கிருஷ்ணப்பருந்து தான் ஆ.

மாதவனின் மிகச்சிறந்த நாவல் என்று விமர்சகர்களால் சொல்லப்படுகிறது. 1990இல் அவரது மூன்றாம் நாவலான 'தூவானம்' வெளிவந்தது...

சிறுகதைத் தொகுப்பு

மோகபல்லவி 1974

கடைத்தெருக்கதைகள் 1974

காமினிமூலம் 1975

மாதவன் கதைகள் 1984

ஆனைச்சந்தம் 1990

அரேபியக்குதிரை 1995

ஆ.மாதவன் கதைகள், முழுத்தொகுப்பு 2002, தமிழினி பதிப்பகம்

புதினங்கள் தொகுப்பு

புனலும் மணலும் (1974)

கிருஷ்ணப்பருந்து (1982)

தூவானம் (1990)

கட்டுரைத்தொகுப்பு தொகுப்பு

இலக்கியச்சுவடுகள் 2013 (2015ஆம் ஆண்டிற்கான சாகித்திய அகாதெமி விருது பெற்றது)...

இன்று இவர் நாளை நாம்

இமையம்

இமையம் என்ற புனைபெயரில் எழுதும் வெ. அண்ணாமலை
(பிறப்பு: மார்ச் 10, 1964) நன்கறியப்பட்ட தமிழக எழுத்தாளர்..
முதல் புதினமான கோவேறு கழுதைகள் மூலம் தமிழ்
வாசகர்களுக்கு அறிமுகமானார்..

முதல் புதினமான "கோவேறு கழுதைகள்", இலட்சுமி
ஓம்சுற்றோம் (Lakshmi Holmström) என்பவரால், "Beasts of Burden"
என்ற பெயரில் ஆங்கிலத்தில் மொழிபெயர்ப்பு
செய்யப்பட்டுள்ளது...

எழுத்தாளர் சுந்தர ராமசாமி "கோவேறு கழுதைகள்" நாவலைப்
பற்றிக் கூறுகையில், தமிழ் எழுத்துலகில் கடந்த நூறு
ஆண்டுகால வளர்ச்சியில், இந்த நாவலுக்கு இணையானது
வேறொன்றும் இல்லை என்று புகழ்ந்து கூறியுள்ளார்....

தமிழ் நாட்டுக் கிராமங்களுக்குள் நிலவும் மனிதநேயமற்ற
வேறுபாடுகளைக் கவனப்படுத்துவதன் மூலம் தனது
படைப்புகளில் பொருளாதார, சமூகப் பண்பாட்டுத் தளங்களில்
நிலவும்

செ. நடராஜன்செல்லம்

முரண்பாடுகளையும் ஆதிக்கத்தின் குரூரங்களையும் முன் வைக்கிறார்..

இவர் எழுதிய செல்லாத பணம் என்ற புதினத்திற்கு 2020-ஆம் ஆண்டிற்கான சாகித்திய அகாதமி விருது வழங்கப்பட்டது..

அக்னி அட்சரம் விருது - 1994

தமிழ்நாடு முற்போக்கு எழுத்தாளர் சங்க விருது - 1994

அமுதன் அடிகள் இலக்கிய விருது - 1998

திருப்பூர் தமிழ்ச் சங்க விருது - 1999

இந்திய அரசின் பண்பாட்டு அமைச்சகம் இளநிலை ஆய்வு நல்கையை-2002

தமிழக அரசின் தமிழ்த் தென்றல் திரு வி.க. விருது -2010

பெரியார் விருது - 2013 - திராவிடர் கழகம்.

இயல் விருது - 2018 - தமிழ் இலக்கியத் தோட்டம், கனடா[3]..

கோவேறு கழுதைகள் (நாவல்) - 1994

ஆறுமுகம் (நாவல்) - 1999

செடல் (நாவல்)-2006

எங் கதெ (நாவல்) - 2015

செல்லாத பணம் (நாவல்) 2018 -

சிறுகதைத் தொகுப்புகள்

மண்பாரம் (சிறுகதைத் தொகுப்பு) -2002

வீடியோ மாரியம்மன் (சிறுகதைத் தொகுப்பு) -

கொலைச் சேவல் (சிறுகதைத் தொகுப்பு) - 2013

சாவு சோறு (சிறுகதைத் தொகுப்பு) - 2014

பெத்தவன் (நெடுங்கதை) -

நறுமணம் (சிறுகதைத் தொகுப்பு) - 2016

நன்மாறன் கோட்டைக் கதை (சிறுகதைத் தொகுப்பு) -

இன்று இவர் நாளை நாம்

சு. சமுத்திரம் (1941 - 2003)

சு. சமுத்திரம் (1941 - 2003) ஒரு தமிழ் எழுத்தாளர்..
தென்காசி மாவட்டம் தென்காசி வட்டம் திப்பணம்பட்டி
கிராமத்தில் பிறந்தவர். அவர் அகில இந்திய வானொலியிலும்
தூர்தர்ஷனினிலும் வேலை பார்த்தவர்...
அவர் ஒரு சோஷியலிசவாதி. அவரது படைப்புகளில்
சோஷியலிசக் கருத்துக்கள் பரவியிருந்தது. அடிமட்டத்து
மக்களின் வாழ்க்கையும் அவர்கள் பட்ட துன்பங்களும் அவரது
படைப்புகளின் முக்கியக்களமாக அமைந்தன..
அவர் 14 புதினங்கள், 4 குறுநாவல்கள், 2 கட்டுரைத்
தொகுப்புகள், ஒரு நாடகம், 300க்கும் மேற்பட்ட சிறுகதைகள்
எழுதியுள்ளார். அவரது சிறுகதைகள் 22 தொகுப்புகளாகப்
பிரசுரிக்கப்பட்டுள்ளன அவரது பல படைப்புகள் தெலுங்கு,
மலையாளம் மற்றும் ஹிந்தி மொழிகளில்
மொழிபெயர்க்கப்பட்டுள்ளன..

செ. நடராஜன்செல்லம்

1990ல் அவரது புதினம் வேரில் பழுத்த பலா சாகித்திய அகாதமி விருது பெற்றது.
2003ல் சென்னையில் அவர் ஒரு விபத்தில் காலமானார்.

(முழுமையானது)

ஊருக்குள் ஒரு புரட்சி
ஒரு கோட்டுக்கு வெளியே
கடித உறவுகள்
மண் சுமை
தாய்மைக்கு வறட்சி இல்லை
வெளிச்சத்தை நோக்கி
வளர்ப்பு மகள்
சத்தியத்துக்குக் கட்டுப்பட்டால்
தராசு
சத்திய ஆவேசம்
இல்லந்தோறும் இதயங்கள்
சோற்றூ பட்டாளம்
பூ நாகம்
மூட்டம்

கு. அழகிரிசாமி 1923 -1970

கு. அழகிரிசாமி 1923 -1970) குறிப்பிடத்தக்க தமிழ் எழுத்தாளர்.
20-ஆம் நூற்றாண்டின் சிறந்த சிறுகதை எழுத்தாளராகத்
திகழ்ந்த அழகிரிசாமி, சிறுகதை, கட்டுரை, புதினங்கள்,
நாடகங்கள், மேடை நாடகங்கள், கவிதைகள், கீர்த்தனைகள்,
மொழிபெயர்ப்புகள் என்று பல துறைகளில் சாதனை
புரிந்துள்ளார்..

இவர் எழுத்தாளர் கி. ராஜநாராயணின் இளமைக் கால நண்பர்..
இலக்கிய உலகில் இவரது சிறுகதைகள் புகழ்பெற்றவை.
அழகிரிசாமி திருநெல்வேலி மாவட்டத்தில் கோவில்பட்டிக்கும்
கயத்தாறுக்கும் இடையில் இடைசெவல் என்னும் சிற்றூரில்
பிறந்தவர்..

அந்தச் சிற்றூரில் எஸ்.எஸ்.எல்.சி. வரை படித்தவர் என்ற "பெருமை' அவருக்கு உண்டு. பள்ளிப் படிப்பைவிட அவர் அனுபவத்தில் பெற்ற அறிவே அதிகம்...

ரஷ்ய எழுத்தாளர் கார்க்கியின் எழுத்து அவரை மிகவும் கவர்ந்தது. கார்க்கியின் நூலை முதன் முதலில் தமிழாக்கம் செய்தவர் இவர்தான்..

1970ல் இவரது அன்பளிப்பு என்னும் சிறுகதைத் தொகுப்பிற்கு சாகித்திய அகாதமி விருது வழங்கப்பட்டது.

புதினங்கள் தொகுப்பு

டாக்டர் அனுராதா

தீராத விளையாட்டு

புது வீடு புது உலகம்

வாழ்க்கைப் பாதை

சிறுவர் இலக்கியம் தொகு

மூன்று பிள்ளைகள்

காளிவரம்

மொழிபெயர்ப்புகள் தொகுப்பு

மாக்சிம் கார்க்கியின் நூல்கள்

லெனினுடன் சில நாட்கள்

அமெரிக்காவிலே

யுத்தம் வேண்டும்

விரோதி

பணியவிட்டால்

நாடகங்கள் தொகுப்பு

வஞ்ச மகள்

கவிச்சக்கரவர்த்தி

சிறுகதைத் தொகுப்புகள்

அன்பளிப்பு

சிரிக்கவில்லை

தவப்பயன்

வரப்பிரசாதம்

கவியும் காதலும்

செவிசாய்க்க ஒருவன்

புதிய ரோஜா

துறவு

கட்டுரைத் தொகுப்பு

இலக்கியத்தேன்

தமிழ் தந்த கவியின்பம்

தமிழ் தந்த கவிச்செல்வம்

நான் கண்ட எழுத்தாளர்கள்..

செ. நடராஜன்செல்லம்

நா.பார்த்தசாரதி

நா.பார்த்தசாரதி

(1932 - 1987) புகழ் பெற்ற தமிழ் நெடுங்கதை எழுத்தாளர் ஆவார். தீரன், அரவிந்தன், மணிவண்ணன், பொன்முடி, வளவன், கடலழகன், இளம்பூரணன், செங்குளம் வீரசிங்கக் கவிராயர் ஆகிய புனைப்பெயர்களிலும் அறியப்படும் இவர் தீபம் என்ற இலக்கிய இதழை நடத்தி வந்ததால் 'தீபம்' நா.பார்த்தசாரதி என்றும் அழைக்கப்படுகிறார்..

இவருடைய புகழ் பெற்ற நெடுங்கதைகளான குறிஞ்சி மலர் மற்றும் பொன் விலங்கு தொலைக்காட்சித் தொடர்களாகவும் வந்துள்ளன...

சமுதாய வீதி என்ற நூலுக்கு சாகித்திய அகாதமி விருது பெற்றார்..

இன்று இவர் நாளை நாம்

இவர் எழுதிய "சாயங்கால மேகங்கள்" எனும் நூல் தமிழ் வளர்ச்சித் துறையின் 1983 ஆம் ஆண்டுக்கான சிறந்த நூல்களில் நாவல் வகைப்பாட்டில் முதல் பரிசு பெற்றிருக்கிறது..

துளசி மாடம் என்னும் நெடுங்கதைக்காக ராஜா சர் அண்ணாமலை பரிசு
தமிழ்நாடு பரிசு
கம்பராமாயணத் தத்துவக் கடல்..
38 நெடுங்கதகள்..
2 சிறுகதைகள்..
1 கவிதை..
1 கட்டுரை..
1 தலையங்கம்..
2 பயணக் கட்டுரைகள்..
51நாட்டுடைமையாக்கப்பட்ட நூல்கள்..

நெடுங்கதைகள் தொகுப்பு

குறிஞ்சி மலர்
பொன் விலங்கு
நிசப்த சங்கீதம்
கபாடபுரம்
சாயங்கால மேகங்கள்
மணிபல்லவம்
ஆத்மாவின் ராகங்கள்
ராணி மங்கம்மாள்
சமுதாய வீதி

செ. நடராஜன்செல்லம்

துளசி மாடம்

பாண்டிமாதேவி

நித்திலவல்லி

வஞ்சிமாநகரம்

சத்தியவெள்ளம்

வெற்றி முழக்கம்

சுந்தரக்கனவுகள்

நெஞ்சக்கனல்

பிறந்த மண்

நெற்றிக் கண்

வெற்றி முழக்கம் (உதயணன் கதை)

நிசப்த சங்கீதம்

அநுக்கிரகா

சுலபா

முள்வேலிகள்

புதுமுகம்

மூலக்கனல்

மலைச் சிகரம்

பொய் முகங்கள்

பூக்களை யாரும் மிதிக்கக் கூடாது

கற்சுவர்கள்

நினைவின் நிழல்கள்

மூவரை வென்றான்

நீல நயனங்கள்

மனக் கண்

கோபுர தீபம்

அனிச்ச மலர்

இன்று இவர் நாளை நாம்

பட்டுப் பூச்சி
மகாத்மாவைத் தேடி

சிறுகதைகள் தொகுப்பு

நா.பா.வின் சிறுகதைகள்
தமிழ் இலக்கியக் கதைகள்

கவிதைகள் தொகுப்பு
மணிவண்ணன் கவிதைகள்

கட்டுரைகள் தொகுப்பு
மொழியின் வழியே

தலையங்கங்கள் தொகுப்பு
மணிவண்ணன் தலையங்கங்கள் (தொகுத்தவர்: கமலம் சங்கர்)

கேள்வி பதில்கள் தொகுப்பு
மணிவண்ணன் பதில்கள் (தொகுத்தவர்: கமலம் சங்கர்)

பயணக்கட்டுரைகள் தொகுப்பு
புதுஉலகம் கண்டேன்
ஏழுநாடுகளில் எட்டு வாரங்கள்

நாட்டுடைமையாக்கப்பட்ட நூல்கள் தொகுப்பு
 மணிபல்லவம் (சரித்திர நாவல்)-1
 மணிபல்லவம் (சரித்திர நாவல்)-2
 மணிபல்லவம் (சரித்திர நாவல்)-3

செ. நடராஜன்செல்லம்

மணிபல்லவம் (சரித்திர நாவல்)-4

மணிபல்லவம் (சரித்திர நாவல்)-5

ஆத்மாவின் ராகங்கள்

Aatmana Aalap-(GUJARATHI)

JINDAGINA RANGA ANEKA-(GUJARATHI)

குறிஞ்சி மலர்

மகாபாரதம் அறத்தின் குரல்

மூலக்கனல்

முள்வேலிகள் (சிறுநாவல்)

நா.பார்த்தசாரதி-சிறுகதைகள்-1

நா.பார்த்தசாரதி-சிறுகதைகள்-2

நெஞ்சக்கனல்

நெற்றிக்கண்

நிசப்த சங்கீதம்

நித்திலவல்லி

பாண்டிமாதேவி (சரித்திர நாவல்)

பழந்தமிழர் கட்டடக் கலையும் நகரமைப்பும்

பொன்விலங்கு

சத்திய வெள்ளம்

வஞ்சிமா நகரம் (சரித்திர நாவல்)

மூவரை வென்றான்

மொழியின் வழியே

பிறந்த மண்

பொய்முகங்கள்

புதிய பார்வை

புறநானூற்றுச் சிறுகதைகள்

இன்று இவர் நாளை நாம்

இராணி மங்கம்மாள் (சரித்திர நாவல்)

சமுதாய வீதி

சாயங்கால மேகங்கள்

சிந்தனை மேடை

சுலபா

SWAPN-SURAKHI - GUJARATI (KURIJJIMALAR)

தமிழ் இலக்கியக் கதைகள்

திறனாய்வுச் செல்வம்

THITHALI

துளசிமாடம்

TULSI CHAURA

வெற்றி முழக்கம்

YEH GALI BIKAU NAHIN

அனிச்ச மலர்

அநுக்கிரகா

பூமியின் புன்னகை

புத்த ஞாயிறு

சிந்தனைவளம்

தீபம்

கலித்தொகை பரிபாடல் காட்சிகள்

கபாடபுரம்

கற்சுவர்கள்[2]

சான்றடைவு

செ. நடராஜன்செல்லம்

ராஜம் கிருஷ்ணன்

(1925 -2014)

ராஜம் கிருஷ்ணன்

(1925 -2014)

மூத்த தமிழக பெண் எழுத்தாளர் ஆவார். இவருடைய காலத்தின் பெண் அடிமை நிலையையும் மற்ற சமூக அவலங்களையும் இவரின் படைப்புகள் வெளிச்சமிட்டுக் காட்டுகின்றன...

பள்ளிக்கு சென்று முறையான கல்வி பயிலாதவர். பெண்கள் பூப்படையும் முன்பே திருமணம் செய்து வைத்துவிடும் அன்றைய சமூக வழக்கப்படி, 15வது வயதிலேயே கிருஷ்ணனுக்குத் திருமணம் செய்துவைக்கப்பட்டது. திருமணத்திற்குப் பின்னர் சென்னை கிழக்கு தாம்பரத்தில் குடியேறினார். மின் பொறியாளரான கணவரின் உதவியால் பல புத்தகங்களைப் படித்து, பின் தானே கதைகளை எழுத ஆரம்பித்தார்...

இன்று இவர் நாளை நாம்

பொதுவாக தனது படைப்புக்காகத் தேர்ந்தெடுக்கும் கதைக்களம் உள்ள பகுதிகளுக்கு நேரில் சென்று, அங்குவாழும் மக்களோடு நெருங்கிப் பழகி உண்மை நிலைமைகளை அனுபவப் பூர்வமாக உணர்ந்துகொண்டு, அந்த உணர்வையும், அவர்களது உண்மையான முன்னேற்றத்திற்கான லட்சியத்தையும் தம் எழுத்து வழியாகக் கொண்டுவந்தவர் .

1970 ஆம் ஆண்டு தூத்துக்குடி சென்று அங்குள்ள உப்பளம் மற்றும் உப்பள தொழிலாளர்கள் நிலையை நேரடியாகக் கண்டு 'கரிப்பு மணிகள்' என்ற நாவலை எழுதினார். பீகார் கொள்ளைக்கூட்டத் தலைவன் 'டாகுமான்சி'யை சந்தித்தவர். அதன் விளைவாக 'முள்ளும் மலர்ந்தது' என்ற நாவலை எழுதினார். பெண் சிசுக் கொலை முதலிய பல்வேறு சமூக அவலங்களைப் பற்றி எழுதியவர். இவரின் 80-க்கும் மேற்பட்ட படைப்புகள் தமிழ்ப் புத்தகாலயத்தால் வெளியிடப்பட்டுள்ளன.. இவரது நூல்கள் தமிழக அரசால் 2009 ஆம் ஆண்டில் அரசுடமை ஆக்கப்பட்டன. இதற்காக மூன்று லட்சம் ரூபாய் வழங்கப்பட்டது. முதன்முறையாக உயிருடன் இருந்தபோதே அரசுடைமை ஆக்கப்பட்டது இவரது நூல்களே..

வேருக்கு நீர் என்ற நாவலுக்கு சாகித்திய அகாதமி விருது பெற்றார்..

1950–நியூயார்க் ஹெரால்ட் ட்ரைப்யூன் சர்வதேச விருது

1953–கலைமகள் விருது (நாவல் : பெண் குரல்)

1975–சோவியத் லாண்ட் நேரு விருது

1991–திரு.வி.க. விருது..

இவரின் படைப்புகளுள் சில:

கதைகள் தொகுப்பு

அழுக்கு 1990, தாகம் சென்னை

அவள் (புதினம்)

அல்லி (சிறுகதை)

அலைகள், 1965 மார்ச், கலைமகள் காரியாலயம். சென்னை-4 [4]

அலை வாய்க்கரையில் (புதினம்)

அன்னையர்பூமி (புதினம்)

இடிபாடுகள் (புதினம்)

உத்தரகாண்டம் (புதினம்)

உயிர் விளையும் நிலங்கள் (புதினம்)

ஊசியும் உணர்வும் (சிறுகதை)

கதைக்கனிகள்

கரிப்பு மணிகள் (புதினம்)

கல்வி (சிறுகதை)

களம் (சிறுகதை), 1985, பாரி புத்தகப்பண்ணை, சென்னை.

கனவு (சிறுகதை)

காக்கானி

கிழமைக்கதைகள் (சிறுகதை)

குறிஞ்சித் தேன் (புதினம்)

கூடுகள் (புதினம்) 1990, தாகம் சென்னை

கூட்டுக் குஞ்சுகள் (புதினம்)

கைவிளக்கு 1966, மங்கள நூலகம், சென்னை

இன்று இவர் நாளை நாம்

கோடுகளும் கோலங்களும் (புதினம்)

சிவப்பு ரோஜா (சிறுகதை)

சுழலில் மிதக்கும் தீபங்கள் (புதினம்)

சேற்றில் மனிதர்கள் (பாரதீய பாஷா பரிஷத் பரிசு மற்றும் இலக்கியச் சிந்தனை பரிசு பெற்ற நாவல்)'

நித்திய மல்லிகை (சிறுகதை)

பச்சைக்கொடி (சிறுகதை)

பாதையில் பதிந்த அடிகள் பொதுவுடைமை இயக்கபோராளி மணலூர் மணியம்மை குறித்து எழுதிய நூல்[1]

புதியதோர் உலகம் செய்வோம் (புதினம்)

புதிய கீதம்

புதிய சிறகுகள் (புதினம்)

பெண்குரல் (புதினம்) 1953

மலர்கள் (புதினம்)

மலைரோஜா (சிறுகதை)

மாணிக்க கங்கை (புதினம்)

மாறி மாறி பின்னும் (புதினம்)

மின்னி மறையும் வைரங்கள் (சிறுகதை)

முள்ளும் மலர்ந்தது (புதினம்)

வண்ணக்கதைகள் (சிறுகதை)

வளைக்கரம் (புதினம்)

வனதேவியின் மைந்தர்கள் (புதினம்)

விலங்குகள், 1975, பாரி புத்தகப்பண்ணை, சென்னை. [4]

வேருக்கு நீர் (புதினம்) - சாகித்ய அகாதெமி விருதுபெற்றது

ரோஜா இதழ்கள் (புதினம்)

சத்திய வேள்வி

செ. நடராஜன்செல்லம்

பெண்ணியம் தொகுப்பு

காலம்தோறும் பெண்
காலம்தோறும் பெண்மை
யாதுமாகி நின்றாய்
இந்திய சமுதாய வரலாற்றில் பெண்மை

வாழ்க்கை வரலாறு தொகுப்பு
டாக்டர் ரங்காச்சாரி
பாஞ்சாலி சபதம் பாடிய பாரதி
சத்திய தரிசனம்
தன் வாழ்க்கைக் குறிப்பு தொகுப்பு
காலம்

தொ. மு. சிதம்பர ரகுநாதன்,

(1923 - 2001)

தொ. மு. சிதம்பர ரகுநாதன், (1923 - 2001)

சிறுகதை, நாவல், விமரிசனம், ஆய்வு, மொழிபெயர்ப்பு, நாடகம், வாழ்க்கை வரலாறு எனப் பலதுறைகளிலும் எழுதியவர். பத்திரிகை ஆசிரியராக இருந்தவர். ரகுநாதனின் எழுத்துக்கள், ஆய்வுகள், விமரிசனங்கள் யாவும் தமிழில் மார்க்சிய சிந்தனைகளை வளர்த்தது..

இந்திய சுதந்திர போராட்டத்தில் கலந்து கொண்டதற்காக 1942ல் சிறைக்குச் சென்றார்..

இவரது முதல் புதினமான புயல் 1945ல் வெளியானது. இவரது படைப்புகளில் குறிப்பிடத்தக்கது..

செ. நடராஜன்செல்லம்

1951ல் பஞ்சும் பசியும் என்ற புதினத்தை எழுதினார். இப்புதினம் செக் மொழியில் மொழிபெயர்க்கப்பட்டு 50000 பிரதிகள் விற்பனையானது...

1954-56 வரை சாந்தி என்ற முற்போக்கு இலக்கிய மாதஇதழை நடத்தினார். அந்த இதழ் மூலம் டேனியல் செல்வராஜ், சுந்தர ராமசாமி, ஜெயகாந்தன், கி. ராஜநாராயணன் போன்ற இளம் எழுத்தாளர்களை அறிமுகப்படுத்தினார்...

அவரது இலக்கிய விமர்சன நூலான பாரதி - காலமும் கருத்தும் 1983ல் சாகித்திய அகாதமி விருது பெற்றது...

தமிழ்நாட்டின் கைத்தறி நெசவாளர்கள் படும்பாட்டைத் தனது பஞ்சும் பசியும் நூலில் தெளிவாகக் காட்டியுள்ளார்...

சிறுகதை தொகுப்பு

சேற்றில் மலர்ந்த செந்தாமரை

சூஷணப்பித்தம்

சுதர்மம்

ரகுநாதன் கதைகள்

கவிதை தொகுப்பு

ரகுநாதன் கவிதைகள்

கவியரங்கக் கவிதைகள்

காவியப் பரிசு

நாவல் தொகுப்பு

புயல்

முதலிரவு (தமிழ்நாட்டரசால் தடைசெய்யப்பட்டது)

இன்று இவர் நாளை நாம்

கன்னிகா

பஞ்சும் பசியும் (நெசவாளரின் துயர் சொல்லும் புதினம்/நாவல்)

நாடகம் தொகு

சிலை பேசிற்று

மருது பாண்டியன்

விமரிசனம் தொகுப்பு

இலக்கிய விமரிசனம்

சமுதாய விமரிசனம்

கங்கையும் காவிரியும்

பாரதியும் ஷெல்லியும்

பாரதி காலமும் கருத்தும்

புதுமைப்பித்தன் கதைகள் - சில விமரிசனங்களும்

விஷமத்தனங்களும் (1999)

வரலாறு தொகுப்பு

புதுமைப்பித்தன் வரலாறு

ஆய்வு தொகு ப்பு

இளங்கோவடிகள் யார்? (1984)

மொழிபெயர்ப்பு தொகுப்பு

தாய் (கார்க்கியின் - தி மதர்).

லெனினின் கவிதாஞ்சலி (மயகொவ்ஸ்கியின் இரங்கற்பா -
விளடிமிர் இலிச் லெனின்).

செ. நடராஜன்செல்லம்

அம்பை

அம்பை

என்கிற சி. எஸ். லக்சுமி (1944)

தமிழின் சிறந்த பெண் படைப்பாளிகளுள் ஒருவர். 1960களின்
பிற்பகுதியில் எழுதத் தொடங்கியவர். பெண் நிலை
நோக்கினை வெளிப்படுத்தும் வகைமையிலான தமிழ்ச்
சிறுகதைகளின் முன்னோடி. பல பெண் படைப்பாளிகள்
தொடச் சிரமப்படும் விடயங்களை சர்வ சாதாரணமாக
தொட்டுச் சென்றவர். உறவு, காதல், திருமணம், அரசியல்,
இசை என்று பல்வேறு பரிமாணங்களைத் தொட்டவர்..
பெண்களின் வாழ்க்கையை அதுவும் சுயசிந்தனை கொண்ட
படித்த பெண்களை மிக இயல்பாக படைத்தவர்..
இவர் "SPARROW" (Sound and Picture Archives for Research on Women)
என்ற அமைப்பை நிறுவி அதன் இயக்குநராக செயல்பட்டு

வருகிறார். டாக்டர் சி. எஸ். லட்சுமி (Dr. C. S. Lakshmi) என்ற தன்னுடைய இயற்பெயரில் தி இந்து, தி எக்னாமிக்ஸ் அண்ட் பொலிடிக்கல் வீக்லி, தி டைம்ஸ் ஆஃப் இந்தியா போன்ற ஆங்கிலப் பத்திரிகைகளுக்கு அவ்வப்போது எழுதி வருகிறார்... தமிழ், ஆங்கிலம், இந்தி மற்றும் கன்னடத்தில் புலமை பெற்றவர். 'தங்கராஜ் எங்கே' சிறுவர் திரைப்படத்திற்கு வசனம் எழுதியுள்ளார். 'முதல் அத்தியாயம்' என்ற சிறுகதையைத் திரைப்படமாகத் தயாரித்துள்ளார்...

அவரது படைப்புகள்

அந்தி மாலை (நாவல்)

சிறகுகள் முறியும் (1976) - (முதலாவது தொகுதி - ஓர் பெண்ணின் வாழ்வில் ஏற்படும் பலவிதமான சம்பவங்களை சம்பிரதாயங்களை பேசும் கதைகள்)

வீட்டின் மூலையில் ஓர் சமையல் அறை (1988)

காட்டில் ஒரு மான் (2000)

சக்கர நாற்காலி

ஸஞ்சாரி

தண்ணியடிக்க

வற்றும் ஏரியின் மீன்கள் (2007)

பயணப்படாத பாதைகள் (ஓவியம், நாடகம், பாரம்பரிய நடனத்துறைகளில் ஈடுபட்ட பெண்களின் வாய்மொழி வரலாற்றுப்பதிவு)

சொல்லாத கதைகள் (சுதந்திரப் போராட்டத்தில் பங்குபற்றிய பெண்கள், தலித்எழுத்தாளர்கள் ஆகியவர்களின் வாய்மொழி வரலாற்றுப்பதிவு)

ஆங்கில மொழிபெயர்ப்பில்

A Purple Sea (1992),

In a Forest

A Deer (2006)

The Face Behind the Mask of Women in Tamil literature and Society and Women Writers (1984) - (ஆராய்ச்சி நூல்)..

எம். எஸ். அப்துல் காதர் (1954 - 2017)

எம். எஸ். அப்துல் காதர் (1954 - 2017)

தமிழக எழுத்தாளர் ஆவார். இவர் கழனியூரன் என்னும் புனைப்பெயரில் கவிதை, கதை, கட்டுரைகள் எழுதியவர்.. கரிசல்காட்டு எழுத்தாளரான கி. இராசநாராயணனின் தொடர்பால் நாட்டார் வழக்காற்றுத் துறையில் ஈடுபாடு கொண்டார்..

தமிழிலக்கிய உலகம் இவரை செவக்காட்டு கதைசொல்லி என்கிறது...

கழனியூரன் இடைநிலை ஆசிரியர் பயிற்சியும் முதுகலை, ஆய்வியல் நிறைஞர், முனைவர் ஆகிய பட்டங்களையும் பெற்றிருக்கிறார். கழனியூரில் உள்ள தொடக்கப்பள்ளியில் ஆசிரியராகப் பணியாற்றி ஓய்வுபெற்றார்.

செ. நடராஜன்செல்லம்

கழனியூரன் எழுதியவையும் தொகுத்தவையும்..

தாய்வேர்

கதைசொல்லியின் கதை

நெல்லை நாடோடிக் கதைகள்..

மண் மணக்கும் மனுஷங்க

நாட்டுப்புற நீதிக்கதைகள்

பன்னாட்டு சிறுவர் நாடோடிக் கதைகள்..

நாட்டுப்புறத்து நகைச்சுவைக் கதைகள்.

வேரடி மண்வாசம்

கி.ரா .அணிந்துரைகள் முன்னுரைகள்.

செவக்காட்டு மக்கள் கதைகள்..

தாத்தா பாட்டி சொன்ன கதைகள்..

மண்பாசம்

ராட்சசனும் குள்ளனும்

புத்தகக் கோயில்

குறுஞ்சாமிகளின் கதைகள்

வாய்மொழி வரலாறு

பாம்பின் கால்தடம்

நட்சத்திர விழிகள்

நிரந்தர மின்னல்கள்

நெருப்பில் விழுந்த விதைகள்

மண்ணின் கதைகள்

நாட்டுபுற வழக்காறுகள்

இன்று இவர் நாளை நாம்

நாட்டுபுற நம்பிக்கைகள்

அன்புள்ள கி.ரா (கடித இலக்கியம்)

மரப்பாச்சி மனுசி (சிறுகதை)

கதைசொல்லி (பகுதி 1)

கதைசொல்லி (பகுதி 2)

இரஷ்ய நாட்டு நாடோடிக் கதைகள்

பன்னாட்டுச் சிறுவர் நாடோடிக் கதைகள்

நடைவண்டி

வல்லிக்கண்ணன் கடிதங்கள்

வல்லிக்கண்ணன் வரலாறு

நிறைசெம்பு நீரில் விழும்பூக்கள்

மினாராக்களில் கூடுகட்டும் புறாக்கள்

வளர்பிறை தேய்பிறை (புதினம்)

இருளில் கரையும் நிழல் (புதினம்)

காட்டுப்பூவின் வாசம்,சிறு கதைகள..

தி.க.சி.என்றொரு தோழமை தொகுப்பு நூல்

கழநீயூரன் கட்டுரைகள்

கழநீயூரன் கதைகள்

பறவைகள் விலங்குகள் குழந்தைகள்

நாட்டுப்புறத்து நகைச்சுவைக் கதைகள்

நாட்டுப்புறக் கதைக்களஞ்சியம் - (கி. ராஜநாராயணன்,
சண்முகசுந்தரம், பாரததேவி ஆகியோருடன் இணைந்து
தொகுத்தது)

மறைவாய்ச் சொன்னகதைகள்..

செ. நடராஜன்செல்லம்

பா. ராகவன் (1971)

பா. ராகவன் (1971)

தமிழகத்தின் குறிப்பிடத்தக்க எழுத்தாளர் ஆவார். புதினங்கள், சிறுகதைகள், மற்றும் அரசியல் வரலாற்று நூல்களையும் எழுதியிருக்கிறார்...

பள்ளி நாள்களிலேயே எழுத்தார்வம் ஏற்பட்டு, பத்திரிகைகளில் கவிதைகள், துணுக்குகள் எழுத ஆரம்பித்தார் பா. ராகவன்..

1992ம் ஆண்டு இறுதியில் கல்கி வார இதழில் இவர் எழுதிய 'மொஹஞ்சதாரோ' என்ற சிறுகதை அன்றைய ராம ஜென்ம பூமி - பாபர் மசூதி தொடர்பாக எழுந்த கலவரங்களை மையப்படுத்தி, நையாண்டி கலந்த விமரிசனத்தை முன்வைத்தது...

கிழக்கு பதிப்பகம் தொடங்கப்பட்டபோது அதன் தலைமை ஆசிரியராகப் பொறுப்பேற்று, அந்நிறுவனத்தின் 'நலம்', 'வரம்',

இன்று இவர் நாளை நாம்

'ப்ராடிஜி' உள்ளிட்ட அனைத்துத் தமிழ் பதிப்புகளையும்
திறம்படத் துலக்கம் பெறவைத்தார்...
தமது பதிப்பாசிரியர் பணிக்காலத்தில் சுமார் ஆயிரம்
புத்தகங்களைக் கொண்டு வந்தார்..
பாரதிய பாஷா பரிஷத்
இலக்கியப்பீடம் சிறந்த நாவலாசிரியர் விருது (அலகிலா
விளையாட்டு - 2003)
திருப்பூர் தமிழ்ச்சங்கப் பரிசு (மெல்லினம் நாவலுக்காக)
கம்பம் பாரதி இலக்கியப் பேரவை விருது (இராக் ப்ளஸ் சதாம்
மைனஸ் சதாம் - 2008)
சன் குடும்பம் சிறந்த வசன கர்த்தா விருது - வாணி ராணி
தொடருக்காக [2018]
வாசகசாலை சிறந்த நாவலாசிரியர் விருது (பூனைக்கதை, 2018)

புதினங்கள் தொகுப்பு

அலை உறங்கும் கடல்
புவியிலோரிடம்
மெல்லினம்
அலகிலா விளையாட்டு
தூணிலும் இருப்பான்
ரெண்டு
கொசு
கால் கிலோ காதல் அரை கிலோ கனவு
பூனைக்கதை [2017]
யதி [2018]
இறவான்

செ. நடராஜன்செல்லம்

சிறுகதைத் தொகுப்புகள்

மூவர்
பறவை யுத்தம்
நிலாவேட்டை
குதிரைகளின் கதை
மாலுமி [2018]

அரசியல் வரலாறுகள்

மாயவலை - சர்வதேச தீவிரவாத இயக்கங்கள் பற்றிய
விரிவான ஆய்வு
பாக். ஒரு புதிரின் சரிதம் - பாகிஸ்தானின் அரசியல் வரலாறு
டாலர் தேசம் (அமெரிக்காவின் அரசியல் வரலாறு)
9/11 : சூழ்ச்சி வீழ்ச்சி மீட்சி (2004)
நிலமெல்லாம் ரத்தம் (2005)
அல் காயிதா : பயங்கரத்தின் முகவரி (2005)
ஹிஸ்புல்லா : பயங்கரத்தின் முகவரி (2006)
இராக் ப்ளஸ் சதாம் மைனஸ் சதாம் (2006)
ஹிட்லர் (2006)
அன்புடையீர் நாங்கள் பயங்கரமானவர்கள் (ஸ்பெயினின் ETA
போராளிகளைப்பற்றியது)
தாலிபன்
ஜமா இஸ்லாமியா
ஐ.எஸ்.ஐ: நிழல் அரசின் நிஜ முகம்
பர்வேஸ் முஷரஃப்
மாவோயிஸ்ட்: அபாயங்களும் பின்னணிகளும்
ஆர்.எஸ்.எஸ் - வரலாறும் அரசியலும்

இன்று இவர் நாளை நாம்

காஷ்மீர்
சர்வாதிகாரத்திலிருந்து ஜனநாயகத்துக்கு
ஆயில் ரேகை
பிரபாகரன் - வாழ்வும் மரணமும்
கலவரகாலக் குறிப்புகள்
ஆடிப்பாரு மங்காத்தா
பொன்னான வாக்கு
ஐ.எஸ்.ஐ.எஸ் - கொலைகாரன்பேட்டை

தனிக் கட்டுரை நூல்கள்

ஜெயித்த கதை
154 கிலோபைட்
24 கேரட்
ஒப்பன் டிக்கெட்
எக்சலண்ட்!
உணவின் வரலாறு
மூன்றெழுத்து
பின்கதை சுருக்கம்
யானி: இசைப் போராளி
ஆதியிலே நகரமும் நானும் இருந்தோம் (சென்னை நினைவுக்
குறிப்புகள்)

நகைச்சுவை நூல்கள்

அன்சைஸ்
குற்றியலுலகம்

செ. நடராஜன்செல்லம்

இங்கி பிங்கி பாங்கி
சந்து வெளி நாகரிகம்
வாழ்க்கை வரலாறு
பொலிக பொலிக - ராமானுஜரின் வாழ்க்கை வரலாறு

சிறுவர் நூல்கள்

அமெரிக்க சுதந்தரப் போர்
இஸ்லாம்
மொசார்ட்
இரண்டாம் உலகப் போர்
மகாவீரர்
புதையல் தீவு
ஐஸ் க்ரீம் பூதம்
திரைப்படங்கள்

பா. ராகவன் இரண்டு திரைப்படங்களுக்கு வசனம் எழுதியிருக்கிறார்.

கனகவேல் காக்க [2010]
தம்பி வெட்டோத்தி சுந்தரம் [2011]

தொலைக்காட்சித் தொடர்கள்

வாணி ராணி (சன் டிவி)
கல்யாணப் பரிசு (சன் டிவி)
கண்மணி (சன் டிவி)

இன்று இவர் நாளை நாம்

கெட்டி மேளம் (ஜெயா டிவி)

சிவசக்தி (சன் டிவி)

உதிரிப்பூக்கள் (சன் டிவி)

செல்லமே (சன் டிவி)

முந்தானை முடிச்சு (சன் டிவி)

மனெ தேவுரு (உதயா டிவி)

முத்தாரம் (சன் டிவி)

செல்லக்கிளி (சன் டிவி)

தேவதை (சன் டிவி)

புதுக்கவிதை (விஜய் டிவி)

கல்யாணப்பரிசு (சன் டிவி)

சிவசங்கரி (சன் டிவி)

என் இனிய தோழியே (ராஜ் டிவி)

அருந்ததி (ராஜ் டிவி)

செ. நடராஜன்செல்லம்

வண்ணதாசன்

வண்ணதாசன்

என்ற புனைப்பெயரில் சிறுகதைகளும், கல்யாண்ஜி என்ற புனைப்பெயரில் கவிதைகளும் எழுதுபவரின் இயற்பெயர், சி.கல்யாணசுந்தரம்..

இவரது தந்தை இலக்கியவாதி தி. க. சிவசங்கரன் ஆவார்.இவர் தந்தையும் சாகித்ய அகாதமி விருது பெற்றவர்..

1962 ஆம் ஆண்டில் இருந்து இன்று வரை தொடர்ந்து சிறுகதைகள் எழுதி வருகிறார். இவரது 'ஒரு சிறு இசை' என்ற சிறுகதை நூலுக்காக இந்திய அரசின் 2016 ஆம் ஆண்டுக்கான சாகித்திய அகாதமி விருது கிடைத்தது..

சிறுகதைத் தொகுப்புகள்.

கலைக்க முடியாத ஒப்பனைகள்

தோட்டத்துக்கு வெளியிலும் சில பூக்கள்

சமவெளி

பெயர் தெரியாமல் ஒரு பறவை

மனுஷா மனுஷா

கனிவு

நடுகை

உயரப் பறத்தல்

கிருஷ்ணன் வைத்த வீடு

ஒளியிலே தெரிவது (உயிர்மை - சுஜாதா அறக்கட்டளை இணைந்து வழங்கிய 2011ஆம் ஆண்டில் சிறுகதைக்கான சுஜாதா விருதைப் பெற்றது)

சில இறகுகள் சில பறவைகள்

ஒரு சிறு இசை

புதினங்கள் தொகுப்பு

சின்னு முதல் சின்னு வரை

கவிதைத் தொகுப்புகள்

புலரி

முன்பின்

ஆதி

அந்நியமற்ற நதி

மணல் உள்ள ஆறு

செ. நடராஜன்செல்லம்

கட்டுரைகள் தொகுப்பு
அகம் புறம்

கடிதங்கள் தொகுப்பு
வண்ணதாசன் கடிதங்கள்

இன்று இவர் நாளை நாம்

நா. சொக்கன்

நா. சொக்கன்

என்கிற நாகசுப்பிரமணியன் சொக்கநாதன் "என். சொக்கன்"
என்று அறியப்படும் தமிழக எழுத்தாளர்..
பெங்களூரில் வசிக்கும் இவர் மென்பொருள் துறையில்
பணியாற்றி வருகிறார்..
1990 முதல் எழுதத் தொடங்கிய இவர் தமிழ், ஆங்கிலம் என
இருமொழிகளிலும் எழுதுகிறார். நூறுக்கும் மேற்பட்ட
சிறுகதைகளும் சில புதினங்களும் எழுதியுள்ளார். வாழ்க்கை
வரலாறுகள், தொழில்நுட்பம் ஆகிய துறைகளில் பல
நூல்களும் பல்வேறு பத்திரிகைகளில் தொடர்கள்,
கட்டுரைகளும் எழுதிவருகிறார்..
இவரது நூல்கள் சில ஒலிப்புத்தகமாகவும், ஆங்கிலம், இந்தி,
மலையாளம், குஜராத்தி, மராத்தி, ஒடியா, சீன மொழிகளிலும்
மொழிபெயர்ப்பு செய்யப்பட்டு வெளியாகியுள்ளன...

செ. நடராஜன்செல்லம்

சிறுகதைத் தொகுப்புகள்

பச்சை பார்க்கர் பேனா

என் நிலைக்கண்ணாடியில் உன் முகம்

மிட்டாய்க் கதைகள் (கலீல் கிப்ரன் சிறுகதைகள்)

வாழ்க்கை வரலாறுகள் ..

ஏ. ஆர். ரஹ்மான்: ஜெய் ஹோ!

அம்பானி ஒரு வெற்றிக்கதை

முகேஷ் அம்பானி

அனில் அம்பானி

பில் கேட்ஸ்: சா::ப்ட்வேர் சுல்தான்

இன்::போசிஸ் நாராயணமூர்த்தி: ரூபாய் பத்தாயிரம்,

பத்தாயிரம் கோடி ஆன கதை

அஸிம் ப்ரேம்ஜி: கம்ப்யூட்டர்ஜி

லஷ்மி மிட்டல்: இரும்புக்கை மாயாவி

ரத்தன் டாடா

அம்பானிகள் பிரிந்த கதை

ஏர்டெல் (சுனில் பார்தி) மிட்டல்: பேசு!

சுபாஷ் சந்திரா: ஜீரோவிலிருந்து ஜீ டிவிவரை

ரிச்சர்ட் ப்ரான்ஸன்: 'டோண்ட் கேர்' மாஸ்டர்

சச்சின்: ஒரு புயலின் பூர்வ கதை

திராவிட்:இந்திய பெருஞ்சுவர்

ஷேக்ஸ்பியர்:நாடகமல்ல, வாழ்க்கை

நெப்போலியன்: போர்க்களப் புயல்

சல்மான் ரஷ்டி: ::பத்வா முதல் பத்மாவரை

குஷ்வந்த் சிங்: வாழ்வெல்லாம் புன்னகை

அண்ணாந்து பார்!)

வீரப்பன்: வாழ்வும் வதமும்

இன்று இவர் நாளை நாம்

வாத்து எலி வால்ட் டிஸ்னி

சார்லி சாப்ளின் கதை

நம்பர் 1: சாதனையாளர்களும் சாகசக்காரர்களும்

அரசியல் தொகுப்பு

அந்தமான் சிறை அல்லது இருட்டு உலகம்

அயோத்தி: நேற்றுவரை

மரியாதையாக வீட்டுக்குப் போங்கள் மகாராஜாவே

(நேபாளத்தின் அரசியல் வரலாறு)

கேஜிபி: அடி அல்லது அழி

CIA: அடாவடிக் கோட்டை

மொஸாட்: இஸ்ரேலிய உளவுத்துறை

FBI: அமெரிக்க உளவுத்துறை

ஹமாஸ்: பயங்கரத்தின் முகவரி

குழந்தைகளுக்கான படைப்புகள் தொகு

ஹாய் கம்ப்யூட்டர்

விண்வெளிப் பயணம்

டெலிவிஷன் எப்படி இயங்குகிறது?

கேமரா எப்படி இயங்குகிறது?

மொபைல் ∴போன் எப்படி இயங்குகிறது?

ரேடியோ எப்படி இயங்குகிறது?

மேஜிக் தோணி (தேர்வு பயம் விரட்ட)

Learn To Make Decisions (Introduction To Decision Making)

அப்துல் கலாம்

இன்∴போசிஸ் நாராயணமூர்த்தி

பில் கேட்ஸ்

அறிஞர் அண்ணா

செ. நடராஜன்செல்லம்

நெப்போலியன்

சார்லி சாப்ளின்

துப்பறியும் சேவகன்

நம்(ண்)பர்கள் (கணிதப் புதிர்கள்)

ஆடலாம், பாடலாம் (சிறுவர் பாடல்கள்)

பிற தொகுப்பு

மணிமேகலை (ஐம்பெரும்காப்பியங்களில் ஒன்றான

'மணிமேகலை' நூலின் நாவல் வடிவம்)

முத்தொள்ளாயிரம் (புரியும் வடிவில்)

அடுத்த கட்டம் (தமிழில் ஒரு Business Novel)

வண்ண வண்ணப் பூக்கள்

கம்ப்யூட்டர் கையேடு (விண்டோஸ் எக்ஸ்பி)

விண்டோஸ் 7 கையேடு

தேடு: கூகுளின் வெற்றிக்கதை

நோக்கியா: கொள்ளை கொள்ளும் மா∴பியா

கோக்: ஜில்லென்று ஒரு ஜிவ் வரலாறு

பெப்ஸி நிறுவன வரலாறு

அமுல்: ஓர் அதிசய வெற்றிக் கதை

ட்விட்டர் வெற்றிக்கதை

∴பேஸ்புக் வெற்றிக்கதை

எனக்கு வேலை கிடைக்குமா?

வல்லினம் மெல்லினம் இடையினம் (மென்பொருள்

துறைபற்றிய பன்முகப் பதிவுகள்)

சா∴ப்ட்வேர் துறையில் சாதிப்பது எப்படி?

மொபைல் கைடு

நலம் தரும் வைட்டமின்கள்

இன்று இவர் நாளை நாம்

நீல பத்மநாபன்

நீல பத்மநாபன் என்னும் நீலகண்டப்பிள்ளை
பத்மநாபன் (1938),

தமிழகத்தின் ஒரு முன்னணி எழுத்தாளர்..
பொறியாளராகப் பணியாற்றி ஓய்வு பெற்று தற்போது
திருவனந்தபுரத்தில் வசித்து வருகிறார்..
இவரின் படைப்புகள் கடந்த 25 ஆண்டுகளாக நவீனத்துவ
வடிவ இலக்கணத்தால் மதிப்பிடப்பட்டு எதிர்மறைகள்
சுட்டப்பட்டுள்ளன...
நீல பத்மநாபன் கல்லூரியில் இளவர் பட்டத்திற்குப்
பயிலும்பொழுதே, கேரள பணியாளர் தேர்வாணையத் தேர்வை
எழுதி வெற்றி பெற்றிருந்தார். எனவே கல்லூரிக் கல்வி
முடிந்ததும் திருச்சூரில் அரசு அலுவலகம் ஒன்றில் சில காலம்
பணியாற்றினார். தந்தை வற்புறுத்தலினால் அவ்வேலையைத்
துறந்து பொறியியல் படிக்கச் சென்றார்..
இலை உதிர் காலம் புதினம், 2007ஆம் ஆண்டின் தமிழ்
நூல்களுக்கான சாகித்திய அகாதமி விருது,..

அவரின் படைப்புகள்

தலைமுறைகள்

பள்ளிகொண்டபுரம்

பைல்கள்

உறவுகள்

மின் உலகம்

நேற்று வந்தவன்

உதய தாரகை

வட்டத்தின் வெளியே

பகவதி கோயில் தெரு

போதையில் கரைந்தவர்கள்

தேரோடும் வீதி

பாவம் செய்யாதவர்கள்

வெள்ளம்

கூண்டினுள் பட்சிகள்

யாத்திரை அனுபவங்கள் சமர்

இலை உதிர் காலம்

சிறுகதைகள்

மோகம் முப்பது ஆண்டு

சண்டையும் சமாதானமும்

மூன்றாவது நாள்

இரண்டாவது முகம்

நாகம்மாவா?

சிறகடிகள்

சத்தியத்தின் சந்நிதியில்

வான வீதியில்

இன்று இவர் நாளை நாம்

அவரவர் அந்தரங்கம்
பிறவிப் பெருங்கடல்
கொட்டாரம்
கவிதைகள்
நீல பத்மநாபன் கவிதைகள்
நா காக்க
பெயரிலென்ன

கட்டுரைகள்

சிதறிய சிந்தனைகள்
இலக்கியப் பார்வைகள்
சமூகச் சிந்தனை
யாரிடமும் பகையின்றி
வாழ்வும் இலக்கியமும்
நவீன இலக்கியம் - சில சிந்தனைகள்
இன்றைய இலக்கியச் செல்நெறிகள்
ஐயப்ப பணிக்கரின் ஆளுமையும் சில படைப்பு மாதிரிகளும்
உணர்வுகள் சிந்தனைகள்
பார்வைகள் மறுபார்வைகள்

நாடகத் தொகுதி

தனிமரம் 2009
திரட்டுநூல்
குரு சேத்திரம் - 1976

செ. நடராஜன்செல்லம்

மொழிபெயர்த்துத் தொகுத்தவை

1. தற்கால மலையாள இலக்கியம் - 1985, நர்மதா பதிப்பகம், சென்னை.

2. மதிலுகள் - நவீன மலையாள இலக்கியம் 2000, காவ்யா, சென்னை.

3. ஐயப்பப் பணிக்கரின் கவிதைகள் - 1999

4. ஐயப்பப் பணிக்கரின் கோத்ர யானம் 2002

மலையாள மொழிப் படைப்புகள்

புதினங்கள்

1. பந்தங்கள் - 1979

2. மின் உலகம் - 1980

3. தலைமுறைகள் - 1981

4. பள்ளிகொண்டபுரம் - 1982

5. **தீ தீ**, 1990, டி.சி. புக்சு,

சோ. தர்மன் (1952)

சோ. தர்மன் (1952)

என்பவர் தமிழகத்தைச் சேர்ந்த புதின, சிறுகதை எழுத்தாளர். கரிசல் மண் சார்ந்த வேளாண் மக்களின் வாழ்க்கையை பதிவு செய்யும் படைப்பாளிகளில் முக்கியமானவர். கி. ராஜநாராயணனின் எழுத்துகள் ஈர்க்கப்பட்டு எழுத்தாளராகப் பரிணமித்தவர்களில் ஒருவர். 2019ஆம் ஆண்டு வரை 13 நூல்களை எழுதியுள்ளார். இலக்கியச்சிந்தனை, தமிழ்வளர்ச்சித்துறை, சாகித்ய அகாதெமி விருதுகளைப் பெற்றவர்..

இவர் எழுதிய முதற்கதை 1980ஆம் ஆண்டில் அச்சேறியது. எட்டு சிறுகதைத்தொகுதிகள், நான்கு புதினங்கள், வில்லிசைபற்றிய ஆய்வுநூல் ஆகியன 2019ஆம் ஆண்டுவரையிலான இவரது படைப்புகள்..

செ. நடராஜன்செல்லம்

புதினம்   தொகுப்பு

கூகை (தமிழ் வளர்ச்சிக்கான சிறந்த நூல்களுக்கான பரிசு பெற்ற நூல்). இப்புதினம் ஆக்சுபோர்டு பல்கலைக்கழகத்தால் ஆங்கிலத்திலும் "மூங்கா" என்னும் பெயரில் மலையாளத்திலும் மொழிபெயர்க்கப்பட்டது

சூல் (2016) (சுஜாதா விருதையும் சாகித்ய அகாதெமி விருதையும் பெற்ற நூல்)

தூர்வை (2017)

பதிமூனாவது மையவாடி (2020)

சிறுகதைத்தொகுதிகள்

ஈரம் (சிறுகதைத்தொகுதி)

சோகவனம்

வனக்குமாரன்

அன்பின் சிப்பி (2019)

நீர்ப்பழி

சோகவனம்

வாழ்க்கைவரலாறு   (வில்லிசைக்கலைஞர் பிச்சைக்குட்டி (2014)..)

இன்று இவர் நாளை நாம்

கர்ணன் (1938 - 2020)

கர்ணன் (1938 - 2020)

என்பவர் ஒரு தமிழக எழுத்தாளர் ஆவார். இவர் சிறுகதைத்
தொகுதிகள், புதினங்கள், கட்டுரைகள், பயணக்கட்டுரைகள்
மற்றும் வாழ்க்கை வரலாற்று நூல்களை எழுதியுள்ளார்..
இவர், தொழில் ரீதியாக தையற்கலைஞர் ஆவார். கர்ணன்
இளம்பிள்ளை வாதத்தால் பாதிக்கப்பட்டுக் கால் ஊனமானவர்.
போலியோவால் பாதிக்கப்பட்டுக் கால் ஊனமான கர்ணன்
மதுரை அருகே செல்லூரில் ஒரு வாடகை வீட்டில்
வசித்துவந்தார்.[3] தமிழக அரசு இவருக்கு மாதம் மூவாயிரன்
ரூபாய் உதவித்தொகை வழங்கி வந்தது. அவருடன் அவரது
இரண்டு வாய்பேச முடியாத சகோதரிகள் வசித்தார்கள்.

செ. நடராஜன்செல்லம்

படைப்புகள் தொகுப்பு

கனவுப் பறவை (சிறுகதைத் தொகுப்பு)

கல்மனம் (சிறுகதைத் தொகுப்பு)

மோகமுக்தி

புலரும் முன் அழகிடும் பொழுது(சிறுகதைத் தொகுப்பு)

ஆத்ம நிவேதனம்

மறுபடியும் விடியும்

முகமற்ற மனிதர்கள்

நெருப்பில் விழுந்த

நிலவுப் பூ

பொழுது புலர்ந்தது: சிறுகதைத் தொகுதி.

கி. வா. ஜ. முதல் வண்ணதாசன் வரை : 20 தமிழ்ப்
படைப்பாளிகள்.

அவர்கள் எங்கே போனார்கள் - சுதந்திரப்போராட்ட வரலாறு

வசந்த கால வைகறை (சிறுகதைத் தொகுப்பு)

விடிவை நோக்கி - சுதந்திரப்போராட்ட வரலாறு

ரத்தம் தோய்ந்த அந்த நாட்கள் - சுதந்திரப் போராட்ட வரலாறு

உள்ளங்கள் (நாவல்)

காந்தத் தூண்டிலில் சிக்கிய கனவு மீன் (நாவல்)

பட்டமரத்தில் வடிந்த பால் (சிறுகதைத் தொகுப்பு)

இந்த மண்ணின் உருவம் (சிறுகதைத் தொகுப்பு)

மயங்காத மனசுகள் (குறுநாவல்கள்)

இசைக்க மறந்த பாடல் (சிறுகதைத் தொகுப்பு)

பாலைவனத்தைக் கடக்கும் பசுக்கள் (நாவல்)

ஊமை இரவு (நாவல்)

சரித்திரம் உருவாக்கிய சந்திப்பு - தேசத்தலைவர்கள் பற்றிய
நூல்

இன்று இவர் நாளை நாம்

திவ்யதாரிணி (குறுநாவல்கள்)

அகம் பொதிந்தவர்கள் (எழுத்தாளர்கள் பற்றிய நூல்)

பொய் நின்ற ஞானம் (சிறுகதைத்தொகுப்பு)

இன்று இவர்கள் - அரசியல் தலைவர்கள் பற்றிய நூல்

நினைவின் திரைக்குள்ளே - கவிதைத் தொகுப்பு

வாழ்விக்கும் மனிதர்கள் (சான்றோர்கள் பற்றிய நூல்)

மௌனத்தின் நிழல் (சுதந்திரப் போராட்டம் பற்றிய நாவல்)

வாழ்ந்ததின் மிச்சம் (சிறுகதைத் தொகுப்பு)

நகரும் பொழுதுகள் (நாவல்)

வெளிச்சத்தின் பிம்பங்கள் - எழுத்தாளர்கள் பற்றிய நூல்)

செ. நடராஜன்செல்லம்

ரா. கி. ரங்கராஜன் (1927-2012)

ரா. கி. ரங்கராஜன் (1927-2012) ஒரு தமிழக எழுத்தாளர் மற்றும் இதழாளர். வரலாற்றுப் புதினங்கள், குற்றக் கதைகள், கட்டுரைகள், வேடிக்கை நாடகங்கள், மொழிபெயர்ப்புகள், குறும்புக் கதைகள், நையாண்டிக் கவிதைகள் எனப் பல பாணிகளில் எழுதியுள்ளார்.

ரங்கராஜன் தன் 16-ஆம் வயதில் எழுத ஆரம்பித்தார். 1946-இல் பேராசிரியர் சீனிவாசராகவனின் பரிந்துரையால் 'சக்தி' மாத இதழில் உதவியாசிரியராக தனது எழுத்துலக வாழ்க்கையைத் தொடங்கினார்..

1950-இல் குமுதம் நிறுவனம் சிறிது காலம் நடத்திய 'ஜிங்லி' என்ற சிறுவர் இதழில் சேர்ந்து, 42 ஆண்டுகள் குமுதம் இதழில் ஆசிரியர் குழுவில் பணியாற்றினார்.

இவர் பல புனைப்பெயர்களில் எழுதியுள்ளார். சூர்யா, ஹம்சா, துரைசாமி, கிருஷ்ணகுமார், மாலதி, முள்ரி, அவிட்டம்,வினோத் ஆகியவை அவற்றுள் சில..

இன்று இவர் நாளை நாம்

நான் கிருஷ்ணதேவராயன்' இவரது குறிப்பிடத்தக்க
வரலாற்றுப் புதினம்.

இவர் 1500-க்கும் மேற்பட்ட கதைகளையும் , 50 நாவல்களும்,
ஏராளமான கட்டுரைகளும், மொழிபெயர்ப்பு நாவல்களும்
எழுதியுள்ளார். இவற்றுள் பல குமுதம் ஆனந்த விகடன்
முதலான இதழ்களில் தொடர்களாக வெளிவந்தன.

இவர் எழுதிய கட்டுரைத்தொடர்களில் தேர்ந்தெடுக்கப்பட்டு
"நாலு மூலை" என்ற பெயரில் நூலாக வெளியாகியுள்ளன.
"அவன்" என்ற பெயரில் தன் வரலாற்றையும் எழுதியுள்ளார்.

ரா.கி.ர வின் படைப்புகள்

உள்ளேன் அம்மா

ஊஞ்சல்

ஒரு தாய், ஒரு மகள்

தர்மங்கள் சிரிக்கின்றன

தாரகை 1 (மொழிபெயர்ப்பு)

தாரகை 2 (மொழிபெயர்ப்பு)

நான் கிருஷ்ண தேவராயன்

(1,2)

படகு வீடு

பட்டாம்பூச்சி (மொழிபெயர்ப்பு)

மூவிரண்டு ஏழு

வயது பதினேழு

புரொபசர் மித்ரா

சின்னக் கமலா

மறுபடியும் தேவகி

செ. நடராஜன்செல்லம்

பல்லக்கு

அடிமையின் காதல்

இது சத்தியம்

முதல் மொட்டு

மேடம்

காதல் மேல் ஆணை (டேனியல் ஸ்டீல்)

லாரா (சிட்னி ஷெல்டன்)

ஜெனிபர்

அழைப்பிதழ்

ராசி

கோஸ்ட்

க்ரைம்

கையில்லாத பொம்மை

உள்ளேன் அம்மா

அபாய நோயாளி

ஒளிவதற்கு இடமில்லை (1,2)

ஹவுஸ்∴புல்

புரட்சித் துறவி

ஒரு தற்கொலை நடக்கப் போகிறது

நான் ஏன்?

தூரன் என்ற களஞ்சியம்

எங்கிருந்து வருகுவதோ?

ஆண்கள் செவ்வாய் பெண்கள் வெள்ளி

நீங்களும் முதல்வராகலாம்

அங்குமிங்குமெங்கும்

அவன்

இன்று இவர் நாளை நாம்

நாலு மூலை

காதல் கதைகள்

திக்-திக் கதைகள்

ட்விஸ்ட் கதைகள்

கன்னா பின்னா கதைகள்

விஜி

இன்னொருத்தி

நாலு திசையிலும் சந்தோஷம்

ஒரே ஒரு வழி

எப்படிக் கதை எழுதுவது

அடிகளார் ஓர் உறவுப் பாலம்

பந்தயம் ஒரு விரல்

ஹேமா ஹேமா ஹேமா

அழைப்பிதழ்

ஒரு தாய் ஒரு மகள்

ஹவுஸ்புல்

மேடம் (ஜெஃப்ரி ஆர்ச்சர் நாவலின் மொழி பெயர்ப்பு) 1995 - குனியர் விகடனில் தொடர்.

எங்கே? எங்கே? எங்கே? (டேனியல் ஸ்டீல் நாவலின் மொழிபெயர்ப்பு) 1995 சூனியர் விகடனில் தொடர்.

மரணம். . . கடவுள் சாய்ஸ்! (ஆர்தர் ஹெய்லி. மொழிபெயர்ப்பு) 1999 இல் சூனியர் விகடனில் வெளிவந்த தொடர்

செ. நடராஜன்செல்லம்

விக்ரமாதித்யன் (1947)

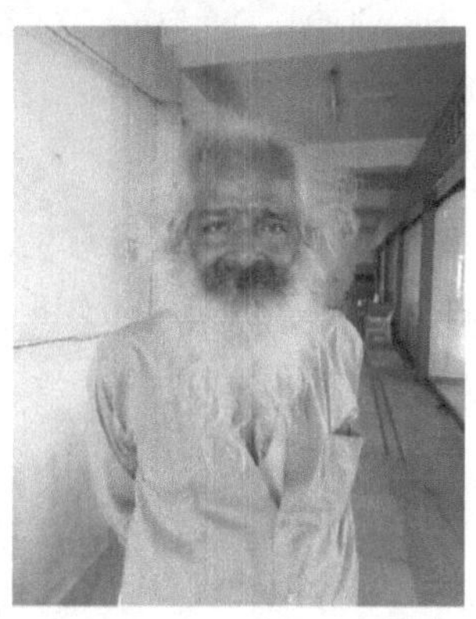

விக்ரமாதித்யன் (1947)

ஒரு தமிழ்நாட்டுக் கவிஞர். இவரது இயற்பெயர் நம்பிராஜன். திருநெல்வேலி நகரப் பகுதியில் கல்லத்தி முடுக்கு தெருவில் வளர்ந்தவர்.

தன் வாழ்நாளில் பல்வேறு தொழில்களைப் பார்த்துள்ள இவர், சோதனை, விசிட்டர், அஸ்வினி, மயன், இதயம் பேசுகிறது, தாய், தராசு, நக்கீரன் ஆகிய பத்திரிகைகளிலும் பணிபுரிந்துள்ளார்.

"ஆகாசம் நீல நிறம்", "ஊரும் காலம்", "உள்வாங்கும் உலகம்" உடபட 16 கவிதைத் தொகுப்புகள், இரண்டு சிறுகதைத் தொகுப்புகள் மற்றும் 7 கட்டுரைத் தொகுப்புகள் இதுவரை வெளியாகியுள்ளன. நான் கடவுள் திரைப்படத்தில் பிச்சைகாரர் வேடத்தில் நடித்துள்ளார்.

இவர் எழுதிய புகழ் பெற்ற வரிகள்,
" விரும்பியது நதிக்கரை நாகரீகம்
விதிச்சது நகர நாகரீகம்"

படைப்புகள் தொகுப்பு

தற்காலச் சிறந்த கவிதைகள்

ஆதி

கிரகயுத்தம்

கங்கோத்ரி

சொல்லிடில் எல்லை இல்லை

நூறு எண்ணுவதற்குள்

சாயல் எனப்படுவது யாதெனின்

சும்மா இருக்கவிடாத காற்று

கவிதையும் கத்தரிக்காயும்

அவன் அவள்

திருஉத்தரகோசமங்கை

ஊழ்

உள்வாங்கும் உலகம்

ஆகாசம் நீல நிறம்

மஹாகவிகள் ரதோற்சவம்

சேகர் சைக்கிள் ஷாப்

எழுத்து சொல் பொருள்..

செ. நடராஜன்செல்லம்

சுப்பராவ்

சுப்பராவ்

வயது 55.

மதுரையில் எல்.ஐசியில் பணி.

இவர் _பல சிறுகதை, நாவல், பல மொழிபெயர்ப்பு நூல்கள் ,
கட்டுரைகள் என்று எண்ணற்ற புத்தகங்கள் படைத்துள்ளார்.

இவரின் விருதுகள்:

தமுஉச கந்தர்வன் சிறுகதைப் போட்டியில் இரண்டாவது பரிசு,
தமுஉச போடி மாலன் நினைவு சிறுகதை போட்டி - சிறப்புப்
பரிசு.

தாத்தாவின் டைரி குறிப்பு என்ற சிறுகதைத் தொகுப்பிற்கு
தமுஉசவின் புதுமைப்பித்தன் விருது, பிடல் சே ஒரு
புரட்சிகரமான நட்பு மொழிபெயர்ப்பு நூலுக்கு தமுஉசவின்
வ.சுப.மாணிக்கனார் விருது,

இடது திருப்பம் எளிதல்ல மொழிபெயர்ப்பு நூலுக்கு தமிழ்நாடு
கலை இலக்கிய பெருமன்றத்தின் தொ.மு.சி.ரகுநாதன் விருது,

இன்று இவர் நாளை நாம்

உலக மக்களின் வரலாறு மொழிபெயர்ப்புக்காக நல்லி திசை எட்டும் விருது, மொழிபெயர்ப்புப் பணிகளுக்காக திராவிடர் கழகத்தின் பெரியார் விருது கௌரவிப்பு.

சிறுகதைகள்:

குருவி

தாத்தாவின் டைரிக் குறிப்புகள்

இரண்டாவது ஞானம்

எஞ்சிய சில நல்ல பக்கங்கள்

கட்டுரைகள்

1 வாசிப்பை நேசிப்போம்

2 இடையில்தான் எத்தனை ஞாயிற்றுக் கிழமைகள்

3 வாசிப்பு வசப்படும்

4 சொற்களைத் தேடும் இடையறாத பயணம்

5 மீண்டெழும் மறுவாசிப்புகள்

6 புத்தகத்தின் கதை

7 தமிழ் இலக்கிய முன்னோடிகள்

8 விரலால் சிந்திப்பவர்கள்

9 சில இடங்கள்.. சில புத்தகங்கள்

10 வாசிப்பு அறிந்ததும், அடைந்ததும்

நாவல்

வனபுத்திரி

மொழிபெயர்ப்பு நூல்கள்

1 வெண்மணி ஒரு காலத்தின் பதிவு

செ. நடராஜன்செல்லம்

செ. நடராஜன்செல்லம்

ஆதவன் (1942)

ஆதவன் (1942)

sநெல்லை மாவட்டம் கல்லிடைக்குறிச்சி யில் பிறந்தவர்..
இந்தியாவின் தமிழ்நாட்டைச் சேர்ந்த
ஒரு தமிழ் எழுத்தாளராவார். இவரது இயற்பெயர்
கே.எசு.சுந்தரம் ஆகும்.
அறுபதுகளில் எழுதத் துவங்கி, தமிழ்ச் சிறுகதை உலகில் பல
குறிப்பிடத் தக்க சாதனைகளை நிகழ்த்தினார்.
இந்திய இரயில்வேயில் சில ஆண்டுகள் பணியாற்றிய பிறகு,
தில்லியில் உள்ள 'நேஷனல் புக் டிரஸ்டின்' தமிழ்ப் பிரிவின்
துணையாசிரியராகப் பல ஆண்டுகள் பணியாற்றினார்..
பின்னர் பெங்களூருக்கு மாற்றலாகி வந்த ஆதவன் 1987, சூலை
19ஆம் தேதி சிருங்கேரி துங்கா நதியின் சுழலில் சிக்கி
மரணமடைந்தார்.

இன்று இவர் நாளை நாம்

மரணத்திற்கு பின் 1987ஆம் ஆண்டிற்கான சாகித்திய அகாதமி விருது "முதலில் இரவு வரும்" என்ற சிறுகதைக்காக வழங்கபட்டது..

இவரது படைப்புகள் பல இந்திய மொழிகளிலும், ஆங்கிலம், பிரெஞ்சு, உருசியம் உள்ளிட்ட உலக மொழிகளிலும் மொழிபெயர்க்கப்பட்டுள்ளன. "தாஜ்மகாலில் பௌர்ணமி இரவு" என்கிற கதை ஆனந்த விகடனில் முத்திரைக் கதையாகப் பிரசுரமானது...

குறும்புதினம் தொகுப்பு

இரவுக்கு முன்பு வருவது மாலை (1974)

சிறகுககள்

மீட்சியைத் தேடி

கணபதி ஒரு கீழ்மட்டத்து ஊழியன்

நதியும் மலையும்

பெண், தோழி, தலைவி (1982)

சிறுகதை தொகுப்பு

கனவுக்குமிழிகள் (1975)

கால் வலி (1975)

ஒரு அறையில் இரண்டு நாற்காலிகள் (1980)

புதுமைப்பித்தனின் துரோகம் (1981)

முதலில் இரவு வரும் (1985)

நிழல்கள்

புதினம் தொகுப்பு

காகித மலர்கள் (1977)

என் பெயர் ராமசேஷன் (1980), வித்தாலி பூர்ணிகாவினால் உருசிய மொழியில் மொழிபெயர்க்கப்பட்டு ஒரு லட்சம் பிரதிகள் விற்பனையாயின.

நாடகம் தொகுப்பு

புழுதியில் வீணை

கு. ப. ராஜகோபாலன்

கு. ப. ரா என்று பரவலாக அறியப்பட்ட கு. ப. ராஜகோபாலன் (1902 - 1944)

ஒரு தமிழ் எழுத்தாளர். சிறுகதை, நாவல், கவிதை, வசன கவிதை, ஒரங்க நாடகம், திறனாய்வு, வாழ்க்கை வரலாறு, மொழிபெயர்ப்பு எனப் பலவகைப் படைப்புகளை அளித்தவரெனினும் அவரது சிறுகதைகளின் சிறப்பினால் "சிறுகதை ஆசான்" என்று அழைக்கப்படுகிறார்..

கு. ப. ரா கும்பகோணத்தில் பிறந்தவர்..

மதுரை மாவட்டம் மேலூர் வட்டாட்சியர் அலுவலகத்தில் கணக்கராகப் பணியாற்றினார். கண்புரை நோயின் காரணமாக கண் பார்வை குன்றியதால் அப்பணியில் இருந்து விலகினார். கண் பார்வை குன்றிய நிலையிலும் மணிக்கொடி போன்ற இதழ்களில் அவரது இலக்கியப் படைப்புகளை எழுதி வெளியிட்டார்.

மருத்துவ சிகிச்சைக்குப்பின் கண் பார்வை மீண்டும் கிட்டியது. சென்னைக்கு இடம்பெயர்ந்து முழுநேர எழுத்தாளராக

செ. நடராஜன்செல்லம்

மாறினார். மணிக்கொடி, கலைமகள், சுதந்திர சங்கு, சூறாவளி,
ஹனுமான், ஹிந்துஸ்தான் போன்ற இதழ்களில் அவரது
படைப்புகள் வெளியாகின..

இழைய அழுகல் நோயால் தாக்கப்பட்டு 1944ஆம் ஆண்டு
இறந்தார்

கு. ப. ரா. வின் தங்கை சேது அம்மாளும் அறியப்பட்ட ஒரு
எழுத்தாளர்..

பட்டியல் முழுமையானதல்ல

சிறுகதைத் தொகுப்புகள்

ஆத்மசிந்தனை (1986)

ஆற்றாமை (1990)

கனகாம்பரம் முதலிய கதைகள் (1944)

காணாமலே காதல் (1943)

புனர்ஜன்மம் சிறுகதைகள்(1943)

கட்டுரைத்தொகுதி தொகுப்பு

கண்ணன் என் கவி (1937)

எதிர்கால உலகம் (1943)

ஸ்ரீஅரவிந்த யோகி (1940)

டால்ஸ்டாய் வாழ்க்கையும் உபதேசமும் (1985)

பக்தியின் சரிதை (1992)

மொழிபெயர்ப்புகள் தொகுப்பு

அனுராதா (சரத்சந்திரர் - புதினம்)

இன்று இவர் நாளை நாம்

ஆறு நவயுக நாவல்கள் (புதினம்) (1940)

இரட்டை மனிதன் (ஆர்.எல்.ஸ்டிவன்ஸன் - புதினம்)

டால்ஸ்டாய் சிறுகதைகள் - I,II,III பாகங்கள்

துர்க்கேஸநந்தினி (பக்கிம் சந்திர சாட்டர்ஜி - புதினம்)

தேவி ஸௌதுராணி (பக்கிம் சந்திர சாட்டர்ஜி - புதினம்)

ஹரிலட்சுமி (சரத்சந்திரர் - புதினம்)

ஹிரண்மயி (சரத்சந்திரர் - புதினம்) (1949)

நாடகங்கள் தொகுப்பு

அகலியை (1967)

படைப்புத் தொகுதிகள்

கு.ப.ரா. கட்டுரைகள் (2012)

கு.ப.ரா கதைகள் (2009)

கு.ப.ரா சிறுகதைகள் (2014)

கு.ப.ரா. படைப்புகள் (நாடகங்களும் கவிதைகளும்) (2010)

சிறிது வெளிச்சம் (தொகுப்பில் வராத கதை, குறுநாவல்கள், கவிதைகள் (1969)

[12:31, 26/09/2021] Natarajan: இன்று இவர்.. தினம் ஒருவர் தண்டலம் நாராயண சாசுதிரி குமாரசாமி என்னும் த. நா. குமாரசாமி வங்க மொழியைப் பயின்று அம்மொழி இலக்கியங்களை தமிழில் மொழிபெயர்த்தவர். எழுத்தாளர். இதழாளர்.

புகழ்பெற்ற மொழிபெயர்ப்பு எழுத்தாளரான த. நா. சேனாபதி இவர்தம் அண்ணன் ஆவார்.

செ. நடராஜன்செல்லம்

இவருடைய படைப்புகளைத் தமிழக அரசு 2006-07ஆம்
நிதியாண்டில் நாட்டுடைமை ஆக்கியிருக்கிறது.

இவருடைய படைப்புகளும் மொழிபெயர்ப்புகளும் பல
நூல்களாக வெளிவந்துள்ளன. அவற்றுள் சில:

சிறுகதைத் தொகுதிகள்

கன்யாகுமாரி

குழந்தை மனம்

சக்தி வேல்

தேவகி

மோகினி

பிள்ளைவரம்

போகும் வழியில்

வஸந்தா

கதைக்கொடி

அன்னபூரணி

கதைக் கோவை-3

கதைக் கோவை-4

இக்கரையும் அக்கரையும்

நீலாம்பரி

சந்திரகிரகணம்

நாவல்கள் தொகுப்பு

ராஜகுமாரி விபா

சந்திரிகா

இன்று இவர் நாளை நாம்

இல்லொளி

மனைவி

உடைந்தவளையல்

ஸ்ரீகண்டனின் புனர்ஜன்மம்

தீனதயாளு

மிருணாளினி

இந்திரா

தேவதாஸ்

ஸௌதாமினி

லலிதா

கானல் நீர்

அன்பின் எல்லை

ஒட்டுச்செடி

வீட்டுப்புறா

மொழிபெயர்ப்பு நூல்கள் தொகுப்பு

ஜாவா - ரவீந்திரநாத் தாகூர்

புயல் - ரவீந்திரநாத் தாகூர்

விஷ விருட்சம் - பக்கிம் சந்திரர்

இளைஞனின் கனவு - நேதாஜி சுபாஸ்சந்திர போசு

ஆரோக்கிய நிகேதனம் - தாராசங்கர் பந்தோபாத்தியாய்[3]

பொம்மலாடம் (புதுல் நாச்சார் கி இதிகதா வங்காளி . மாணிக்
பந்தோபாத்யாய)

வினோதினி (இரபீந்திரநாத் தாகூர்)

யாத்ரீகன்(பிரபோத் குமார் சான்யாஸ்

செ. நடராஜன்செல்லம்

பிரபஞ்சன் (1945 - 2018)

பிரபஞ்சன் (1945 - 2018)

ஒரு தமிழ் எழுத்தாளர் மற்றும் விமர்சகர்..
புதுச்சேரியில் பள்ளிப் படிப்பை முடித்துவிட்டு கரந்தை
கல்லூரியில் புலவர் பட்டம் பெற்றார். தஞ்சாவூரில்
ஆசிரியராகத் தனது வாழ்க்கையைத் தொடங்கினார். குமுதம்,
ஆனந்த விகடன் மற்றும் குங்குமம் ஆகிய வார இதழ்களில்
பணிபுரிந்தார்.

1961ல், இவரது முதல் சிறுகதை என்ன உலகமடா பரணி என்ற
இதழில் வெளியானது.
இவர் சுயமரியாதை இயக்கத்தில் ஈடுபாடு கொண்டிருந்தார்.
இதுவரை 46 புத்தகங்களுக்கும் கூடுதலாக எழுதியுள்ளார்.
1995ல் இவரது வரலாற்றுப் புதினம் வானம் வசப்படும்
தமிழுக்கான சாகித்திய அகாதமி விருது பெற்றது. இப்புதினம்

இன்று இவர் நாளை நாம்

ஆனந்தரங்கம் பிள்ளையின் காலத்தைக் களமாகக்
கொண்டுள்ளது.

இவரது படைப்புகள் இந்தி, தெலுங்கு, கன்னடம், ஜெர்மன்,
பிரெஞ்சு, ஆங்கிலம் மற்றும் சுவீடிய மொழிகளில்
மொழிபெயர்க்கப்பட்டுள்ளன. இவரது நாடகமான முட்டை
தில்லி பல்கலைக்கழகப் பாடத்திட்டத்திலுள்ளது.

இவரது சிறுகதைத் தொகுப்பான நேற்று மனிதர்கள் பல
கல்லூரிகளில் பாடப்புத்தகமாக உள்ளது..

விருதுகள் தொகுப்பு

சாகித்திய அகாதமி விருது - வானம் வசப்படும் (1995)

பாரதிய பாஷா பரிஷத் விருது

கோயம்புத்தூர் கஸ்தூரி ரங்கம்மாள் விருது - மகாநதி

இலக்கியச் சிந்தனை விருது - மானுடம் வெல்லும்

சி. பா. ஆதித்தனார் விருது - சந்தியா

தமிழக அரசின் பரிசு - நேற்று மனிதர்கள்

தமிழக சிறந்த சிறுகதைத் தொகுப்பிற்கான பரிசு - ஒரு ஊரில்
ரெண்டு மனிதர்கள்

எழுதிய நூல்கள் தொகுப்பு
(முழுமையான பட்டியல் அல்ல)

புதினங்கள் தொகுப்பு

வானம் வசப்படும்

மகாநதி

மானுடம் வெல்லும்

சந்தியா
காகித மனிதர்கள்
கண்ணீரால் காப்போம்
பெண்மை வெல்க
பதவி
ஈரோடு தமிழர் உயிரோடு
அப்பாவின் வேஷ்டி
முதல் மழை துளி
" மகாபாரத மாந்தர்கள்"

குறு நாவல்கள் தொகுப்பு

ஆண்களும் பெண்களும்

சிறுகதைத் தொகுப்பு

நேற்று மனிதர்கள்
விட்டு விடுதலையாகி
இருட்டு வாசல்
ஒரு ஊரில் இரண்டு மனிதர்கள்
சிறுகதைகள் தொகு
பிரபஞ்சன் - சிறுகதைகள்

நாடகங்கள் தொகுப்பு

முட்டை
அகல்யா

இன்று இவர் நாளை நாம்

கட்டுரைகள் தொகுப்பு

மயிலிறகு குட்டி போட்டது

அப்பாவின் வேஷ்டி

தாழப்பறக்காத பரத்தையர் கொடி

செ. நடராஜன்செல்லம்

மு. மேத்தா

மு. மேத்தா

(முகமது மேத்தா, 1945) பெரியகுளத்தில் பிறந்தார். இவர் சென்னை மாநிலக்கல்லூரியில் தமிழ்ப் பேராசிரியராகப் பணியாற்றி ஓய்வு பெற்றவர்.

புதுக்கவிதைக்கு ஏற்றம் தந்த கவிஞர்களுள் இவரும் ஒருவராவார்.
உவமை உருவகங்களில் பழமையையும் புதுமையையும் இணைத்த மு.மேத்தா, வளமான கற்பனை, எளிய நடை, எளிய சொல்லாட்சி, மனித உணர்வுகளின் படப்பிடிப்புகளால் மக்கள் உள்ளத்தைக் கவர்ந்தவர்.

<h1 style="text-align:center">இன்று இவர் நாளை நாம்</h1>

சமூக விமர்சனத் தொனியில் அமைந்த "தேச பிதாவுக்கு ஒரு தெருப் பாடகனின் அஞ்சலி" என்ற கவிதை மு.மேத்தாவுக்கு புகழ் தேடித் தந்த கவிதை ஆகும்.

ஊர்வலம்" (கவிதை நூல்) தமிழக அரசின் முதற்பரிசு
"சோழ நிலா" (நாவல்) ஆனந்த விகடன் பொன்விழா
இலக்கியப் போட்டியில் முதல் பரிசு..
கவிஞர் வாலியின் 'அவதார புருஷன்' எழுதுவதற்கு விதை போட்டது மு.மேத்தா எழுதிய 'நாயகம் ஒரு காவியம்' என்கிற நூல்தான். "அவதார புருஷர் அவதரிக்க நாயகம் காரணம்" என்றார் வாலி.

ஆகாயத்துக்கு அடுத்த வீடு என்னும் நூல்
2006 ஆம் ஆண்டில் இந்திய அரசின் சாகித்திய அகாதமி விருது கிடைத்தது.

படைப்புக்கள் தொகுப்பு

கவிதை நூல்கள் தொகுப்பு

கண்ணீர்பூக்கள் (1974)

ஊர்வலம் (1977)

மனச்சிறகு (1978)

அவர்கள்வருகிறார்கள் (1980)

முகத்துக்கு முகம் (1981)

நடந்தநாடகங்கள் (1982)

காத்திருந்த காற்று (1982)

ஒரு வானம் இரு சிறகு (1983)

திருவிழாவில் தெருப்பாடகன் (1984)

நந்தவனநாட்கள் (1985)

இதயத்தில் நாற்காலி (1985)

என்னுடையபோதிமரங்கள் (1987)

கனவுக்குதிரைகள் (1992)

கம்பன் கவியரங்கில் (1993)

என் பிள்ளைத் தமிழ் (1994)

ஒற்றைத் தீக்குச்சி (1997)

மனிதனைத்தேடி (1998)

ஆகாயத்துக்குஅடுத்த வீடு (2004)

மு.மேத்தா கவிதைகள் (2007)

கலைஞருக்கும் தமிழ் என்று பேர் (2010)

கனவுகளின்கையெழுத்து (2016)

நாயகம் ஒரு காவியம் (இறுதி படைப்பு)[3]

கட்டுரை நூல்கள் தொகுப்பு

திறந்த புத்தகம்

நாவல்கள் தொகுப்பு

சோழ நிலா
மகுடநிலா

சிறுகதை தொகுப்புகள் தொகுப்பு

கிழித்த கோடு
மு.மேத்தா சிறுகதைகள்
பக்கம் பார்த்து பேசுகிறேன் (2008)

பாலகுமாரன் (1946 - 2018)

பாலகுமாரன் (1946 - 2018) தமிழ்நாட்டின், புகழ்பெற்ற தமிழ் எழுத்தாளர் ஆவார்.

இவர் 150-க்கு மேற்பட்ட புதினங்கள், நூறிற்கும் மேற்பட்ட சிறுகதைகள், பல தமிழ்த் திரைப்படங்களுக்கு கதை, வசனங்களையும் எழுதியுள்ளார்..

பதினொன்றாம் வகுப்பு வரை பயின்ற இவர் தட்டச்சும் சுருக்கெழுத்தும் கற்று தனியார் நிறுவனத்தில் 1969 ஆம் ஆண்டில் சுருக்கெழுத்தராகப் பணியாற்றத் தொடங்கினார். பின்னர் இழுவை இயந்திரம் நிறுவனத்தில் உயர் அதிகாரியாக பணியாற்றினார். திரைத்துறையில் பணியாற்றுவதற்காக அப்பணியைத் துறந்தார்.

பாலசந்தரின் குழுவில் மூன்று திரைப்படங்களிலும், கே. பாக்யராஜ் குழுவில் இணைந்து சில படங்களிலும் உதவி இயக்குநராகப் பணியாற்றினார்.

பின்னர் இது நம்ம ஆளு என்னும் திரைப்படத்தை கே. பாக்யராஜ் மேற்பார்வையில் இயக்கினார்.

செ. நடராஜன்செல்லம்

இலக்கிய விருதுகள் தொகுப்பு

ராஜா சர் அண்ணாமலை செட்டியார் ட்ரஸ்ட் விருது (இரும்புக் குதிரைகள்)

இலக்கியச் சிந்தனை விருது (மெர்க்குரிப் பூக்கள்)

தமிழ்நாட்டு மாநில விருது (சுகஜீவனம் - சிறுகதை தொகுப்பு)

கலை தொகு

கலைமாமணி[2]

திரையுலக விருதுகள் தொகு

தமிழ்நாட்டு மாநில விருது (காதலன் - சிறந்த வசனம்)

அவரின் படைப்புகள் சில

அகல்யா - -

அடுக்கு மல்லி - - - - -

அத்திப்பூ - - - - -

அப்பம் வடை தயிர்சாதம் - குமுதம் - - -

அப்பா!

அமிர்தயோகம் - - - - -

அம்மாவும் பத்து கட்டுரைகளும் - - - - -

அரசமரம் - - - - -

அவரும் அவளும் - - - - -

அன்பரசு - -

ஆசை என்னும் வேதம் - - - - -

ஆசைக்கடல் - - - - -

ஆயிரம் கண்ணி - - - - -

ஆருயிரே மன்னவரே - - - - -

இன்று இவர் நாளை நாம்

ஆனந்த யோகம் - - - -

ஆனந்த வயல் - -

இதுதான் வயது காதலிக்க... - - - - -

இரண்டாவது கல்யாணம் - - - - -

இரண்டாவது சூரியன் - -

இரும்பு குதிரைகள்

இனி என் முறை - - - - -

இனிது இனிது காதல் இனிது - - - - - -

இனிய யட்சினி - - - - -

உச்சித் திலகம் - - - - -

உடையார் - -

உத்தமன் - - - - -

உள்ளம் கவர் கள்வன் -

உறவில் கலந்து உணர்வில் நனைந்து - - - - -

எங்கள் காதல் ஒரு தினுசு - - - - -

எட்ட நின்று சுட்ட நிலா - - - - -

எதிர்ப்பக்கம் - கல்கி நானே எனக்கொரு போதி மரம் - ஏப்ரல் 1989 திருமணத்திற்கு பின்னர் அறுந்துபோகும் ஆண்களது நட்பின் கதை

என் அன்புள்ள அப்பா - - - - -

என் கண்மணி - - என் கண்மணி (

என் கண்மணித் தாமரை - - - - -

என் மனது தாமரைப்பூ - - என் மனது தாமரைப்பூ

என்றென்றும் அன்புடன் - - என்றென்றும் அன்புடன்

என்னுயிரும் நீயல்லவோ - - - - -

என்னுயிர் தோழி - - - - -

ஏதோ ஒரு நதியில் - -

செ. நடராஜன்செல்லம்

"

இன்று இவர் நாளை நாம்

கனவுகள் விற்பவன் - - - - -

காதல் சொல்ல வந்தேன் - - - - -

காதல் வரி - - - - -

காதல் வெண்ணிலா - - - - -

காதற் கிளிகள் - - - - -

காதற் பெருமான் - - - - - அருணகிரிநாதர் புராணம்

காமதேனு - - - - -

காற்றுக்கென்ன வேலி - - - - -

கானல் தாகம் - - - - -

கிருஷ்ண மந்திரம் - - - - -

குயிலே குயிலே - - - - -

குரு - - - - -

கூடு - - - - -

கை வீசம்மா கை வீசு - - -

கொஞ்சும் புறாவே - - - - -

கொம்புத்தேன் - - கொம்புத்தேன்

சக்ரவாஹம் - - - - -

சக்தி - - - - -

சிநேகமுள்ள சிங்கம் - - - - -

சிம்மாசனம் - - - - - குமரகுருபரர் கதை

சின்ன சின்ன வட்டங்கள் - - -

சுந்தரி கண்ணால் ஒரு சேதி - - - - -

சுழற்காற்று - - - - -

செண்பகத்தோட்டம் - - - - -

செப்புப் பட்டயம் - - - - -

செவ்வரளி - -

தங்கக் கை - - - - -

செ. நடராஜன்செல்லம்

இன்று இவர் நாளை நாம்

பவழமல்லி - - - - -
பனி விழும் மலர் வனம் - - - - -
பலாமரம் - - -
பிரம்புக்கூடை - - - - -
புருஷ வதம் - - - - -
பெண்ணாசை - - - - - 'பீஷ்மரின் கதை
பெரிய புராணக் கதைகள் - - - - -
பேய்க் கரும்பு - - - - -
பொய்மான் - - - - -
பொன்னார் மேனியனே - - - - -
போகன் வில்லா - - - - -
போராடும் பெண்மணிகள் - - - - -
மணல் நதி - - - - -
மரக்கால் - -
மனக் கோயில் - - - - -
மனசே மனசே கதவைத் திற - - - - -
மனம் உருகுதே - - - - -
மண்ணில் தெரியுது வானம் - - - - -
மாலை நேரத்து மயக்கம் - - - - -
மாவிலைத் தோரணம் - - - - -
மானச தேவி - - - - -
மீட்டாத வீணை - - - - -
முதிர்கன்னி - - - - -
முந்தானை ஆயுதம் - - - - - -
முன்கதைச் சுருக்கம் - - -
மெர்க்குரிப் பூக்கள் -
மௌனமே காதலாக... -

செ. நடராஜன்செல்லம்

மேய்ச்சல் மைதானம் - - - - -
யானை வேட்டை -
ரகசிய சிநேகிதனே - - - - -
ராஜ கோபுரம் - - - - -
வன்னி மரத் தாலி - - - - -
வாலிப வேடம் - - - - -
வாழையடி வாழை - - - - -
விழித்துணை - -
வில்வ மரம் - -
வெற்றிலைக் கொடி - - - - -
வேட்டை -

கட்டுரைகள் தொகுப்பு

காதலாகிக் கனிந்து

ஞாபகச் சிமிழ்

சூரியனோடு சில நாட்கள்

அந்த ஏழு நாட்கள்

கட்டுரைத் தொகுப்புகள்

பாலகுமாரன் கட்டுரைகள்

சிறுகதைகளும் கட்டுரைகளும்

சிறுகதைத் தொகுப்புகள்

சின்ன சின்ன வட்டங்கள் (முதலாவது நூல்)

சுகஜீவனம்

கடற்பாலம்

கவிதைத் தொகுப்புகள்

விட்டில்பூச்சிகள்

சிறுகதைகளும் கவிதைகளும் தொகுப்புகள்

இன்று இவர் நாளை நாம்

விசிறி சாமியார் (1991 திசம்பர்)

வாழ்க்கை வரலாறுகள் தொகு

பகவான் யோகி ராம்சுரத்குமார் சரிதம் (2014)

தன்வரலாறு

முன்கதைச் சுருக்கம்

இதற்குத்தானே ஆசைப்பட்டாய் பாலகுமாரா?

ஒரு சொல் ஒரு வில் ஒரு இல்

செ. நடராஜன்செல்லம்

மா. நன்னன் (1924 -2017)

மா. நன்னன் (1924 -2017)

ஒரு தமிழறிஞரும், எழுத்தாளரும் ஆவார்.

இவரது இயற்பெயர் திருஞானசம்பந்தன். தமிழ் மீது கொண்ட பற்றால், தன் பெயரை 'நன்னன்' என மாற்றிக் கொண்டார். தொடக்கப் பள்ளி ஆசிரியராகப் பணியைத் தொடங்கிய இவர் உயர்நிலைப்பள்ளி, பயிற்சிக் கல்லூரி, கலைக்கல்லூரி, மாநிலக் கல்லூரி ஆகியவைகளில் பணிபுரிந்தார். மாநிலக் கல்லூரியில் தமிழ்ப் பேராசிரியராகப் பணியாற்றி, பின் தமிழ் வளர்ச்சித் துறையின் இயக்குநராக பணியாற்றியவர்.

எழுத்தறிவித்தலில் நன்னன் முறை எனும் புதிய முறையை ஏற்படுத்தியவர்.

சென்னைத் தொலைக்காட்சியில் 17 ஆண்டுகள் எண்ணும் எழுத்தும் என்ற தலைப்பில் கற்பித்தார்.

இன்று இவர் நாளை நாம்

பல பாடநூல்களையும் துணைப்பாடநூல்களையும் எழுதிய நன்னன், 1990-2010 காலகட்டத்தில் சுமார் எழுபது நூல்களை எழுதினார்.

பெரியார் கொள்கைகளின் மீது பற்று கொண்டவர். கடவுள் மறுப்பு, பகுத்தறிவுக்கொள்கை, கலப்புத் திருமணம்,எழுத்துச் சீர்திருத்தம் ஆகியவற்றை ஆதரித்தார்..

நூலின் பெயர்கள் அகரவரிசையில் அடுக்கப்பட்டுள்ளன.

இவர்தாம் பெரியார் 3 சுயமரியாதை - 2012 ஏப்ரல்

இவர்தாம் பெரியார் 1 . தோற்றம் (வரலாறு) - 2001 செப்டம்பர்

இவர்தாம் பெரியார் 2 . போர் (வரலாறு) - 2001 அக்டோபர்

உரைநடையா? குறை நடையா? (மூன்றாம் பதிப்பு)

எல்லார்க்குந் தமிழ் - 1985 (குறிப்பு - ஆங்கிலமொழியை அறிந்தோர் ஆசிரியர் ஒருவரின் உதவியின்றி தாமே தமிழைப் படிக்கவும், எழுதவும் பெரும் அளவுக்கு உதவும் நோக்கத்தோடு இச்சிறுநூல் உருவாக்கப்பட்டது.)

எழுதுகோலா? கன்னக்கோலா? - 2008 சூலை

கல்விக் கழகு கசடற எழுதுதல் - 2005 சூன்

கெடுவது காட்டுங் குறி - 2009 சூலை

கையடக்க நூல்கள்

சும்மா இருக்க முடியவில்லை - 2012 ஏப்ரல்

செந்தமிழா? கொடுந்தமிழா?

செந்தமிழைச் செத்த மொழியாக்கிவிடாதீர்

தடம் புரள்கிறதா தமிழ் உரைநடை

தமிழ் உரைநடை போகிற போக்கு.., - 2003 அக்டோபர்

தமிழ் எழுத்தறிவோம்

செ. நடராஜன்செல்லம்

தமிழியல் - தொல், எழுத்தும் சொல்லும் தொடருடன் - 2012 ஏப்ரல்

தமிழைத் தமிழாக்குவோம் - 1

தமிழைத் தமிழாக்குவோம் - 2

தமிழைத் தமிழாக்குவோம் - 2

தவறின்றித் தமிழ் எழுதுவோம்

தவறின்றித் தமிழ் எழுதுவோம் (வழுக்குத் தமிழ்)

தளர்ச்சியின் கிளர்ச்சி பாகம் 1

தளர்ச்சியின் கிளர்ச்சி பாகம் 2

திருக்குறள் மூலமும் விளக்க உரையும் - 2012 ஏப்ரல்

தொல் - பேராசிரியர் உரைத்திறன் - 2012 ஏப்ரல்

நல்ல உரைநடை எழுத வேண்டுமா? - திறனாய்வும் தீர்ப்பும்

நல்ல உரைநடை எழுத வேண்டுமா? (மூன்றாம் பதிப்பு)

நன்னன் கட்டுரைகள்

புதுக்கப்பட்ட பதிப்புகள்

பெரியார் கணினி (இரு தொகுதிகள்)

பெரியார் பதிற்றுப் பத்து - 2007 சனவரி

பெரியாரடங்கல் - 2004 மே

பெரியாரியல் 1 . பொருள் - 1993

பெரியாரியல் 2 . மொழி - 1993 செப்டம்பர்

பெரியாரியல் 3 . இலக்கியம் - 1993 செப்டம்பர்

பெரியாரியல் 4 . கலை - 1993 திசம்பர்

பெரியாரியல் 5 . தாம் - 1994 ஏப்பிரல்

பெரியாரியல் 6 . கல்வி - 1996 ஆகத்து

பெரியாரியல் 7 . ஒழுக்கம் - 1997 அக்டோபர்

பெரியாரியல் 8 . திருமணம் - 1998 செப்டம்பர்

பெரியாரியல் 9 . கடவுள் - 1998 சூலை

இன்று இவர் நாளை நாம்

பெரியாரியல் 10 . மதம் - 1998 சூலை

பெரியாரியல் 11 . பார்ப்பனியம் - 2000 ஆகத்து

பெரியாரியல் 12 . சாதி - 2000 சூலை

பெரியாரியல் 13 . அரசியல் - 2002 அக்டோபர்

பெரியாரியல் 14 . சுயமரியாதை - 2003 அக்டோபர்

பெரியாரியல் 15 . பகுத்தறிவு - 2004 திசம்பர்

பெரியாரியல் 16 . கட்சிகள் - 2004 திசம்பர்

பெரியாரியல் 17 . வாழ்க்கை - 2004 திசம்பர்

பெரியாரியல் 18 . மனிதன் - 2005 சூலை

பெரியாரியல் 19 . தொழிலாளர் - 2005 சூலை

பெரியாரியல் - தாம்

பெரியாரின் உவமைகள்

பெரியாரின் உவமைகள் - 1998 ஆகத்து

பெரியாரின் குட்டிக் கதைகள்

பெரியாரின் குட்டிக்கதைகள் - 1998 ஆகத்து

பெரியாரின் பழமொழிகள்

பெரியாரின் பழமொழிகள் - 1998 ஆகத்து

பெரியாரின் புத்துலகு

பெரியாரின் புத்துலகு

பெரியாரைக் கேளுங்கள்

பெரியாரைக் கேளுங்கள் - 24 குறுமங்கள்

பெரியாரைக் கேளுங்கள் (தொகுப்பு)

பைந்தமிழுரைநடை நைந்திடலாமா? - 2006 சூலை

வாழ்வியல் கட்டுரைகள்

[12:33, 26/09/2021] Natarajan: இன்று இவர்.. தினம் ஒருவர்

செ. நடராஜன்செல்லம்

மிக பெரிய தமிழ் மகான் நாம் இன்று பல இலக்கியங்களை
பற்றி பேச காரணகர்தா
இவரை பற்றி நிறைய நிகழ்வுகள் உண்டு ஏதோ ஒரு துளி
மட்டுமே.. என்னால் இயன்றது

மிக பெரிய தமிழ் மகான் நாம் இன்று பல இலக்கியங்களை
பற்றி பேச காரணகர்தா
இவரை பற்றி நிறைய நிகழ்வுகள் உண்டு ஏதோ ஒரு துளி
மட்டுமே.. என்னால் இயன்றது

உ. வே. சாமிநாதர்

உ. வே. சாமிநாதர்

(1855 -1942,) உத்தமதானபுரம் வேங்கடசுப்பையர் மகன் சாமிநாதன் என்பதைச் சுருக்கமாக உ.வே.சா. என அழைக்கப்பட்டார்.

இவர் தமிழ் மொழிக்குச் செய்த தொண்டினால் 'தமிழ்த் தாத்தா' எனத் தமிழர்களால் சிறப்பிக்கப்பட்டார்.

இவர் ஒரு தமிழறிஞர். தமிழ் மொழியில் அழிந்து போகும் நிலையிலிருந்த பண்டைத் தமிழ் இலக்கியங்கள் பலவற்றைத் தேடித்தேடி அலைந்து பெற்று அச்சிட்டுப் பதிப்பித்தவர். இருபதாம் நூற்றாண்டின் தொடக்கத்தில் தமிழுக்குத் தொண்டாற்றியவர்களுள் உ. வே. சாமிநாதன் குறிப்பிடத்தக்கவர்.

செ. நடராஜன்செல்லம்

தமது அச்சுப்பதிப்பிக்கும் பணியினால் தமிழ் இலக்கியத்தின் தொன்மையையும், செழுமையையும் அறியச் செய்தவர்.

உ.வே.சா. அவர்கள் 90-இக்கும் மேற்பட்ட புத்தகங்களை அச்சுப்பதித்தது மட்டுமின்றி 3000-இக்கும் அதிகமான ஏட்டுச்சுவடிகளையும் கையெழுத்தேடுகளையும் சேகரித்திருந்தார்..

உ.வே.சா. என்று அழைக்கப்படும் உ.வே சாமிநாத ஐயர், உழைத்திராவிட்டால் தமிழுலகிற்குச் சிலப்பதிகாரத்தைப் பற்றித் தெரியாமலே போயிருக்கும். அகநானூற்றிற்கும் புறநானூற்றிற்கும் வேறுபாடு தெரிந்திருக்காது. மணிமேகலை மண்ணோடு மறைந்திருக்கும்.

இப்படி நூற்றுக்கணக்கான நூல்களை அழிவிலிருந்து காப்பாற்றிப் பதிப்பித்துத் தந்தவர் என்னும் பெருமை உடையவர்.

உ.வே.சா. மேலும், தன்னுடைய சொத்துகளையும் விற்றுப் பல தமிழ் இலக்கிய நூல்களைப் பதிப்பித்தார்.

இத்தகைய அரிய சேவைக்காக அவரின் சீரிய முயற்சிகள் தாராளம், பட்ட சிரமங்களோ ஏராளம். இருந்தும் மனம் தளராது இச்சேவையில் ஈடுபட்டு வெற்றியும் கண்டார். இவர் ஏட்டுச்சுவடிகளைப் பார்த்து அப்படியே அவைகளைப் பதிப்பித்தல் மட்டும் செய்யவில்லை. சிதைந்து மறைந்துவிட்ட அடிகளையும் சொற்களையும் கண்டு முழுப்பொருள் விளங்கும்படி செய்தார்.

சிறிய வயதில் இவரிடம் யாராவது ஆங்கிலம் இவ்வுலக வாழ்விற்கும், வடமொழி அவ்வுலக (ஆன்மீக) வாழ்விற்கும் பயன்படும் என அறிவுறுத்தினால், என் அன்னை தமிழ்ானது

இன்று இவர் நாளை நாம்

இவ்வுலகம் மற்றும் அவ்வுலக வாழ்வு இரண்டிற்கும்
இன்றியமையாதது எனக் கூறுவாராம்.

அச்சு பதித்த நூல்களின் பட்டியல்

நீலி இரட்டை மணிமாலை 1874

வேணுவனலிங்க விலாசச் சிறப்பு 1878

திருக்குடந்தைப் புராணம் 1883

மத்தியார்ச்சுன மான்மியம் 1885

சீவக சிந்தாமணி 1887

கச்சி ஆனந்தருத்திரேசர் வண்டு விடுதூது 1888

திருமயிலைத் திரிபந்தாதி 1888

பத்துப் பாட்டு மூலமும் உரையும் 1889

தண்டபாணி விருத்தம் 1891

சிலப்பதிகாரம் 1892

திருப்பெருந்துறைப் புராணம் 1892

புறநானூறு 1894

புறப்பொருள் வெண்பா மாலை 1895

புத்த சரித்திரம், பௌத்த தருமம், பௌத்த சங்கம் 1898

மணிமேகலை 1898

மணிமேகலைக் கதைச் சுருக்கம் 1898

ஐங்குறுநூறு 1903

சீகாழிக் கோவை 1903

திருவாவடுதுறைக் கோவை 1903

வீரவனப் புராணம் 1903

சூரைமாநகர்ப் புராணம் 1904

திருக்காளத்தி நாதருலா 1904

திருப்பூவண நாதருலா 1904

செ. நடராஜன்செல்லம்

பதிற்றுப் பத்து 1904

திருவாரூர்த் தியாகராச லீலை 1905

திருவாரூருலா 1905

திருவாலவாயுடையார் திருவிளையாடற் புராணம் 1906

தனியூர்ப் புராணம் 1907

தேவையுலா 1907

மண்ணிப்படிக்கரைப் புராணம் 1907

திருப்பாதிரிப் புலியூர்க் கலம்பகம் 1908

மீனாட்சி சுந்தரம் பிள்ளையவர்கள் பிரபந்தத் திரட்டு 1910

திருக்காளத்திப் புராணம் 1912

திருத்தணிகைத் திருவிருத்தம் 1914

பரிபாடல் 1918

உதயணன் சரித்திரச் சுருக்கம் 1924

பெருங்கதை 1924

நன்னூல் சங்கர நமச்சிவாயருரை 1925

நன்னூல் மயிலை நாதருரை 1925

சங்கத் தமிழும் பிற்காலத் தமிழும் 1928

தக்கயாகப் பரணி 1930

தமிழ்விடு தூது 1930

பத்துப் பாட்டு மூலம் 1931

மதுரைச் சொக்கநாதர் உலா 1931

கடம்பர் கோயிலுலா 1932

களக்காட்டு சத்தியவாகீசர் இரட்டை மணிமாலை 1932

சிவக்கொழுந்து தேசிகர் பிரபந்தங்கள் 1932

பத்மகிரி நாதர் தென்றல் விடு தூது 1932

பழனி பிள்ளைத் தமிழ் 1932

மதுரைச் சொக்கநாதர் மும்மணிக் கோவை 1932

இன்று இவர் நாளை நாம்

வலிவல மும்மணிக் கோவை 1932

சங்கரலிங்க உலா 1933

திருக்கழுக்குன்றச் சிலேடை வெண்பா 1933

பாசவதைப் பரணி 1933

மீனாட்சி சுந்தரம் பிள்ளையவர்கள் சரித்திரம் - பகுதி 1 1933

சங்கர நயினார் கோயிலந்தாதி 1934

மீனாட்சி சுந்தரம் பிள்ளையவர்கள் சரித்திரம் - பகுதி 2 1934

விளத்தொட்டிப் புராணம் 1934

ஆற்றூர்ப் புராணம் 1935

உதயண குமார காவியம் 1935

கலைசைக் கோவை 1935

திரு இலஞ்சி முருகன் உலா 1935

பழமலைக் கோவை 1935

பழனி இரட்டைமணி மாலை 1935

இயற்பகை நாயனார் சரித்திரக் கீர்த்தனை 1936

கனம் கிருஷ்ணயையர் 1936

கோபால கிருஷ்ண பாரதியார் 1936

திருநீலகண்டனார் சரித்திரம் 1936

திருமயிலை யமக அந்தாதி 1936

திருவள்ளுவரும் திருக்குறளும் 1936

நான் கண்டதும் கேட்டதும் 1936

புதியதும் பழையதும் 1936

புறநானூறு மூலம் 1936

பெருங்கதை மூலம் 1936

மகாவைத்தியநாதையர் 1936

மான் விடு தூது 1936

குறுந்தொகை 1937

செ. நடராஜன்செல்லம்

சிராமலைக் கோவை 1937

தமிழ்நெறி விளக்கம் 1937

திருவாரூர்க் கோவை 1937

நல்லுரைக் கோவை பகுதி 1 1937

நல்லுரைக் கோவை பகுதி 2 1937

நினைவு மஞ்சரி - பகுதி 1 1937

அழகர் கிள்ளை விடு தூது 1938

சிவசிவ வெண்பா 1938

திருக்கழுக்குன்றத்துலா 1938

திருக்காளத்திநாதர் இட்டகாமிய மாலை 1938

திருமலையாண்டவர் குறவஞ்சி 1938

நல்லுரைக் கோவை பகுதி 3 1938

குமர குருபர சுவாமிகள் பிரபந்தத் திரட்டு 1939

தணிகாசல புராணம் 1939

நல்லுரைக் கோவை பகுதி 4 1939

புகையிலை விடு தூது 1939

மகரநெடுங் குழைக்காதர் பாமாலை 1939

கபாலீசுவரர் பஞ்சரத்தினம் 1940

திருக்குற்றாலச் சிலேடை வெண்பா 1940

வில்லைப் புராணம் 1940

செவ்வைச் சூடுவார் பாகவதம் 1941

நினைவு மஞ்சரி - பகுதி 2 1942

வித்துவான் தியாகராச செட்டியார் 1942

கா. உதயசங்கர் (1960)

கா. உதயசங்கர் (1960)

ஒரு தமிழக எழுத்தாளர் ஆவார்.

இவர் சிறுகதை, கவிதை, மொழிபெயர்ப்பு, சிறார் இலக்கியம், கட்டுரை போன்றவற்றை எழுதி வருகிறார்.

1960 ஆம் ஆண்டு தூத்துக்குடி மாவட்டத்திலுள்ள கோவில்பட்டியில் பிறந்தவர்.

இரு மகள்கள் உள்ளனர், இருவரும் ஹோமியோபதி மருத்துவர்கள் ஆவார்கள்.

இரயில்வேயில் பணி செய்தவர்.

இவர் தமிழ்நாடு முற்போக்கு எழுத்தாளர் கலைஞர்கள் சங்கத்தில் மாநில துணைப் பொதுச் செயலாளராக செயலாற்றி வருகிறார். .

தமிழ்நாடு சிறார் எழுத்தாளர்கள் கலைஞர்கள் சங்கத்தின் மாநிலத்தலைவராகவும் பொறுப்பேற்றிருக்கிறார்.

செ. நடராஜன்செல்லம்

விருதுகள் தொகுப்பு

லில்லி தேவசிகாமணி நினைவு சிறுகதை நூல் விருது - 1993

தமுஉகச புதுமைப்பித்தன் நினைவு சிறுகதை நூல் விருது - 2008

உலகத்தமிழ் பண்பாட்டு மைய விருது - 2015

எஸ். ஆர். வி. பள்ளியின் படைப்பூக்க விருது - 2016

கலை இலக்கியப் பெருமன்றம் - சிறுவர் இலக்கிய விருது - 2016

விகடன் விருது - சிறுவர் இலக்கிய விருது - 2016

கு.சி.பா. நினைவு - சிறுவர் இலக்கிய விருது - 2017

நல்லி - திசைஎட்டும் மொழிபெயர்ப்பு விருது - 2017

தமிழ் பேராயத்தின் அழ.வள்ளியப்பா குழந்தை இலக்கிய விருது - 2017

கவிதை உறவு சிறுவர் இலக்கிய விருது - 2018

அறம் தமுஉகச படைப்பாளர் விருது - 2019

சிறுகதை நூல்கள் தொகுப்பு

யாவர் வீட்டிலும்

நீலக்கனவு

மறதியின் புதைசேறு

உதயசங்கர் கதைகள்

ஒரு விளக்கும் இரண்டு கண்களும்

பிறிதொரு மரணம்

கண்ணாடிச்சுவர்கள்

குமாரபுரம் ரயில்வே ஸ்டேஷனில் ஓரிரவு

தூரம் அதிகமில்லை

இன்று இவர் நாளை நாம்

பின்பு பெய்தது மழை
மீனாளின் நீலநிறப்பூ
துண்டிக்கப்பட்ட தலையில் சூடிய ரோஜாமலர்

குறுநாவல் தொகுப்பு

ஆனால் இது அவனைப்பற்றி

கவிதை நூல்கள் தொகுப்பு

ஒரு கணமேனும்

காற்றைவாசி

தீராது

எனவே

தீராத பாடல்

குழந்தை இலக்கியம் தொகு

தலையாட்டி பொம்மை (குழந்தைப்பாடல்கள்)

பச்சை நிழல் (சிறுவர் கதைகள்)

குழந்தைகளின் அற்புத உலகில் (கட்டுரைகள்)

மாயக்கண்ணாடி (சிறுவர் கதைகள்)

பேசும் தாடி (சிறுவர் நாவல்)

விரால் மீனின் சாகசப்பயணம்

கேளு பாப்பா கேளு (குழந்தைப்பாடல்கள்)

பேய் பிசாசு இருக்கா? (கட்டுரைகள்)

ரகசியக் கோழி (சிறுவர் கதைகள்)

அண்டாமழை (சிறுவர் கதைகள்)

ஏணியும் எறும்பும் (சிறுவர் கதைகள்)

மகிழ்ச்சி மகிழ்ச்சி மகிழ்ச்சி

மாயாவின் பொம்மை (சிறுவர் கதைகள்)

செ. நடராஜன்செல்லம்

சூரியனின் கோபம் (சிறுவர் கதைகள்)
குட்டி இளவரசனின் குட்டிப்பூ
புலிக்குகை மர்மம்
ஆதனின் பொம்மை
பொம்மைகளின் நகரம்
அலாவுதீனின் சாகசங்கள்

மலையாளத்திலிருந்து மொழிபெயர்ப்பு தொகுப்பு

வாயும் மனிதர்களும்
தயா
புத்தகப்பூங்கொத்து - குழந்தைகளுக்கான படக்கதைகள்
புத்தகப்பரிசுப்பெட்டி - குழந்தைகளுக்கான படக்கதைகள்
லட்சத்தீவின் கிராமியக்கதைகள்
லட்சத்தீவின் இராக்கதைகள்
மீன் காய்க்கும் மரம்
மரணத்தை வென்ற மல்லன்
பறந்து பறந்து
அய்யாச்சாமி தாத்தாவும் ஆட்டுக்கல் மீசையும்
இயற்கையின் அற்புத உலகில்
பாருக்குட்டியும் அவளது நண்பர்களும்
சப்தங்கள் வைக்கம் முகமது பசீர்
கண்ணாடி பார்க்கும் வரையிலும் தொகுப்பு
மாதவிக்குட்டியின் கதைகள் மாதவிக்குட்டி
நட்சத்திரம் வீழும் நேரத்தில்
லால் சலாம் காம்ரேட் இ.எம்.எஸ் (கட்டுரைகள்)

இன்று இவர் நாளை நாம்

தாத்தா மரமும் நட்சத்திரப்பூக்களும்
கதைகேளு கதைகேளு காக்காவின் கதைகேளு
காலக்கனவுகள்

ஆங்கிலத்திலிருந்து மொழிபெயர்ப்பு தொகுப்பு

சிவப்பு நிற மழைக்கோட்டில் ஒரு பெண்
பயங்களின் திருவிழா
சிரிக்க வைக்கச் சில கதைகள்
வேம்புத்தாத்தா
குட்டிப்பெண்ணும் காளான்களும்

கட்டுரை நூல்கள் தொகுப்பு

முன்னொரு காலத்தில்
நினைவு என்னும் நீள்நதி
சாதிகளின் உடலரசியல்
எது மருத்துவம்
காந்தீயத்தை விழுங்கிய இந்துத்வா
வேதகாலத்திற்கு திரும்ப முடியுமா?

செ. நடராஜன்செல்லம்

சுஜாதா (1935 - 2008)

சுஜாதா (1935 - 2008)

தமிழகத்தின் குறிப்பிடத்தக்க எழுத்தாளர்களில் ஒருவராவார். இயற்பெயர் ரங்கராஜன்.

தனது தனிப்பட்ட கற்பனை மற்றும் நடையால் பல வாசகர்களை கவர்ந்துள்ளார்.

சுஜாதாவின் முதல் கதை 1953 ஆம் ஆண்டு சிவாஜி என்ற பத்திரிக்கையில் வெளிவந்தது.

இவர் சிறுகதைகள், புதினங்கள், நாடகங்கள், அறிவியல் நூல்கள், கவிதைகள், கட்டுரைகள், திரைப்பட கதை-வசனங்கள், தொலைக்காட்சி நாடகங்கள் எனப் பல துறைகளில் தன் முத்திரையினைப் பதித்தவர்.

மின்னணு வாக்குப் பதிவுப் பொறியை உருவாக்க முக்கியக் காரணமாக இவர் இருந்தார். இதை உருவாக்கிய பாரத்

இன்று இவர் நாளை நாம்

எலெக்ட்ரானிக்ஸ் நிறுவனத்தில் முக்கிய உறுப்பினராக
இருந்தார் சுஜாதா.
இப்பொறியை உருவாக்கியதற்காக அவருக்கு வாஸ்விக்
விருது வழங்கப்பட்டது.
சுஜாதாவின் எழுத்துப் பணியைப் பாராட்டி, அவருக்கு தமிழக
அரசின் கலைமாமணி விருதும் வழங்கப்பட்டுள்ளது.
சுஜாதா இலக்கியம், நாட்டார் வழக்காறு, தமிழ்ச்
செவ்விலக்கியம், துப்பறியும் கதை, அறிவியல் கதை,
சிறுகதை, புதினம், குறும் புதினம், நாடகம், திரைப்படம்,
கணிப்பொறியியல், இசை என்று பல பாணிகளிலும்
வகைகளிலும் எழுதியுள்ளார்.

புதினங்கள் தொகுப்பு

அகரவரிசையில் . . .
அப்ஸரா
அனிதா இளம் மனைவி,
அனிதாவின் காதல்கள்
ஆ..!
ஆதலினால் காதல் செய்வீர்
ஆயிரத்தில் இருவர்
உன்னைக் கண்ட நேரமெல்லாம்
எதையும் ஒருமுறை
எப்போதும் பெண்
என்றாவது ஒரு நாள்
ஏறக்குறைய சொர்க்கம்
என் இனிய இயந்திரா
ஒருத்தி நினைக்கையிலே

செ. நடராஜன்செல்லம்

ஒரு நடுப்பகல் மரணம்
ஓடாதே!
கணேஷ் x வஸந்த்
கம்ப்யூட்டரே ஒரு கதை சொல்லு,
கம்ப்யூட்டர் கிராமம்
கரையெல்லாம் செண்பகப்பூ
கனவுத்தொழிற்சாலை
காசளவில் ஓர் உலகம், வாசகர் வட்டம், சென்னை.
காந்தளூர் வசந்தகுமாரன் கதை
காயத்ரி,
கொலையுதிர்காலம்
கொலை அரங்கம்
சில வித்தியாசங்கள்,
சில்வியா
செப்டம்பர் பலி
சொர்க்கத்தீவு
திசைகண்டேன் வான்கண்டேன்
தேவன் வருகை,
நிலா நிழல்
நிர்வாண நகரம்
நில் கவனி தாக்கு,
நில்லுங்கள் ராஜாவே
நைலான் கயிறு,
பதவிக்காக
பதினாலு நாட்கள்,
பாதிராஜ்யம்,
பிரிவோம் சந்திப்போம் (நூல்)

இன்று இவர் நாளை நாம்

ப்ரியா,

மறுபடியும் கணேஷ்,

பெண் இயந்திரம்

பேசும் பொம்மைகள்

மாயா

மீண்டும் ஜீனோ

மூன்று நிமிஷம் கணேஷ்

மேகத்தைத் துரத்தினவன், மாலைமதி, நவம்பர் 1979

மேற்கே ஒரு குற்றம்,

யவனிகா

ரத்தம் ஒரே நிறம்

வசந்தகாலக் குற்றங்கள்

வண்ணத்துப்பூச்சி வேட்டை

வஸந்த்!வஸந்த்!

வாய்மையே - சிலசமயம் - வெல்லும்

விபரீதக் கோட்பாடு,

வைரம் (புதினம்)

ஹாஸ்டல் தினங்கள்

ஜன்னல் மலர்

ஜே.கே.

24 ரூபாய் தீவு

6961

குறும்புதினங்கள் தொகுப்பு

தீண்டும் இன்பம்

குரு பிரசாத்தின் கடைசி தினம்

செ. நடராஜன்செல்லம்

ஆகாயம்
காகித சங்கிலிகள்
மண்மகன்
மோதாமல் ஒரு நாளும் இரக்க வேண்டாம்

சிறுவர் இலக்கியம் தொகுப்பு

"பூக்குட்டி"

சிறுகதைத் தொகுப்புகள் தொகுப்பு

தூண்டில் கதைகள்
நகரம்,
நிஜத்தைத் தேடி.
வானமென்னும் வீதியிலே,
ஸ்ரீரங்கத்துத் தேவதைகள்
சிறுகதை மற்றும் குறும்புதினத் தொகுப்புகள் தொகு
நிலம் நீர் நெருப்பு காற்று ஆகாயம்
கவிதைத் தொகுப்பு தொகு
நைலான் ரதங்கள்
நாடகங்கள் தொகு
டாக்டர். நரேந்திரநாத்தின் வினோத வழக்கு
கடவுள் வந்திருந்தார்
பாரதி இருந்த வீடு
ஆகாயம்

கட்டுரைத் தொகுப்புகள் தொகுப்பு

கணையாழியின் கடைசி பக்கங்கள்

கற்றதும் பெற்றதும் [பாகம் 1,2,3,4]

கடவுள் இருக்கிறாரா

தலைமை செயலகம்

எழுத்தும் வாழ்க்கையும்

ஏன் ? எதற்கு ? எப்படி ? [பாகம் 1,2]

சுஜாதாட்ஸ்

இன்னும் சில சிந்தனைகள்

தமிழ் அன்றும் இன்றும்

உயிரின் ரகசியம்

நானோ டெக்னாலஜி

கடவுள்களின் பள்ளத்தாக்கு

ஜீனோம்

திரைக்கதை எழுதுவது எப்படி?

தமிழ் அன்றும் இன்றும்

திரைப்படமாக்கப்பட்ட இவரின் கதைகள் தொகுப்பு

அனிதா இளம் மனைவி (இது எப்படி இருக்கு - திரைப்படம்)

காயத்ரி

கரையெல்லாம் செண்பகப்பூ

ப்ரியா

விக்ரம்

வானம் வசப்படும்

ஆனந்த தாண்டவம்
சைத்தான்(திரைப்படம்)

பணியாற்றிய திரைப்படங்கள் தொகுப்பு

ரோஜா
இந்தியன்
ஆய்த எழுத்து
அந்நியன்
பாய்ஸ்
முதல்வன்
கண்டுகொண்டேன் கண்டுகொண்டேன்
ஜீன்ஸ்
உயிரே
விசில்
கன்னத்தில் முத்தமிட்டால்
சிவாஜி த பாஸ்
எந்திரன்
வரலாறு
செல்லமே

வைரமுத்து (1953),

வைரமுத்து (1953),

புகழ்பெற்ற தமிழ்த் திரைப்படப் பாடலாசிரியர் மற்றும் கவிஞர் ஆவார். சிறந்த பாடலாசிரியருக்கான இந்திய அரசின் விருதை ஏழு முறை பெற்றுள்ளார்.

நிழல்கள் (1980) எனும் திரைப்படத்தில் "பொன்மாலைப் பொழுது" எனும் பாடலை முதன்முதலில் எழுதிய இவர் சனவரி 2009 வரை 5800 பாடல்களை எழுதியுள்ளார்.

முன்பு இளையராஜாவுடனும், பின்னர் ஏ.ஆர். ரகுமானுடனும் இவர் இணைந்து வழங்கியப் பாடல்கள் புகழையும் பல விருதுகளையும் பெற்றுள்ளன.

சிறந்த பாடலாசிரியருக்கான குடியரசுத் தலைவர் விருதை 6 முறை (1985),(1993),(1994),(1999),(2002),(2010) பெற்ற பெருமைக்குரியவர்,

பத்ம ஸ்ரீ
விருதுகள்
கலைமாமணி விருது - 1990.
சாகித்ய அகாதமி விருது -2003. (நாவல்: கள்ளிக்காட்டு இதிகாசம்)
பத்ம பூசன் விருது (2014)[3]
சிறந்த தமிழ்த் திரைப்படப் பாடலாசிரியருக்கான தேசிய விருது (ஆறு முறை).

விருது பெற்ற பாடல்கள்

அனைத்துப் பாடல்களுக்கும் (திரைப்படம்: முதல் மரியாதை) - 1985.
சின்னச்சின்ன ஆசை (திரைப்படம்: ரோஜா) - 1992.
போறாளே பொன்னுத்தாயி (திரைப்படம்: கருத்தம்மா),
உயிரும் நீயே (திரைப்படம்: பவித்ரா) - 1994
முதன் முறை கிள்ளிப் பார்த்தேன் (திரைப்படம்: சங்கமம்) - 1999.
நெஞ்சில் ஜில் ஜில் ஜில் (திரைப்படம்: கன்னத்தில் முத்தமிட்டால்) - 2002.
கள்ளிக்காட்டில் பிறந்த தாயே (திரைப்படம்: தென்மேற்கு பருவக்காற்று) - 2010.
எந்தப்பக்கம் காணும்போதும் வானம் ஒன்று (திரைப்படம்: தர்மதுரை) - 2016
திருவாரூர் மத்தியப் பல்கலைக்கழகத்தின் செனட் உறுப்பினராக கவிஞர் வைரமுத்து நியமிக்கப்பட்டார்.

இன்று இவர் நாளை நாம்

மத்திய மனித வள மேம்பாட்டுத் துறையினால்
நியமிக்கப்பட்டுள்ள இந்தப் பதவியின் காலம் மூன்றாண்டுகள்
ஆகும்.

படைப்புகள்

கவிதைத் தொகுப்புகள்

வைகறை மேகங்கள்

திருத்தி எழுதிய தீர்ப்புகள்

இன்னொரு தேசியகீதம்

எனது பழைய பனையோலைகள்

கவிராஜன் கதை

இரத்த தானம்

இந்தப் பூக்கள் விற்பனைக்கல்ல

தமிழுக்கு நிறமுண்டு

பெய்யெனப் பெய்யும் மழை

"எல்லா நதிகளிலும் எங்கள் ஓடங்கள்"

கொடி மரத்தின் வேர்கள்

கட்டுரைகள்

கல்வெட்டுக்கள்

என் ஜன்னலின் வழியே

நேற்று போட்ட கோலம்

ஒரு மௌனத்தின் சப்தங்கள்

சிற்பியே உன்னைச் செதுக்குகிறேன்

வடுகபட்டி முதல் வால்கா வரை

செ. நடராஜன்செல்லம்

இதனால் சகலமானவர்களுக்கும்
இந்தக் குளத்தில் கல்லெறிந்தவர்கள்
கொஞ்சம் தேனீர் நிறைய வானம்
தமிழாற்றுப்படை

புதினம்

வானம் தொட்டுவிடும் தூரம்தான்
மீண்டும் என் தொட்டிலுக்கு
வில்லோடு வா நிலவே (வரலாற்று நாவல்)
சிகரங்களை நோக்கி
ஒரு போர்களமும் இரண்டு பூக்களும்
காவி நிறத்தில் ஒரு காதல்
தண்ணீர் தேசம்
கள்ளிக்காட்டு இதிகாசம் (ஆனந்த விகடனில் தொடராக
வெளிவந்தது)
கருவாச்சி காவியம் (ஆனந்த விகடனில் தொடராக
வெளிவந்தது)
மூன்றாம் உலகப்போர் (ஆனந்த விகடனில் தொடராக
வெளிவந்தது)

ஒலி நாடாக்கள்

கவிதை கேளுங்கள்
தேன் வந்து பாயுது

தேவன் அல்லது ஆர். மகாதேவன்

தேவன் அல்லது ஆர். மகாதேவன்

(1913 -1957)

பிரபல நகைச்சுவை எழுத்தாளர். பல நகைச்சுவைக் கதைகளையும் கட்டுரைகளையும் தேவன் என்ற புனைபெயரில் எழுதியவர்.

துப்பறியும் சாம்பு இவரது பிரபலமான படைப்பாகும்.

மகாதேவன், பள்ளியில் சாரணர் படையில் சேர்ந்திருந்ததால், சாரணப்படைத் தலைவராக இருந்த கோபாலசாமி ஐயங்கார், மாணவர்களுக்கு நிறைய சிறுகதைகளைச் சொல்லி, மாணவர்களையும் கதை சொல்லச் சொல்லி ஊக்குவிப்பார்.

செ. நடராஜன்செல்லம்

இவர் மூலம் கதை கட்டுவதில் மகாதேவனுக்கு ஆர்வமும் சுவையும் தோன்றியது. கும்பகோணம் அரசினர் கல்லூரியில் பி.ஏ. பட்டம் பெற்றார்

தனது 21 ஆவது வயதில் ஆனந்த விகடன் வார இதழில் துணை ஆசிரியராகச் சேர்ந்தார்.

1942 முதல் 1957 வரை நிர்வாக ஆசிரியராக இருந்தார்.

23 ஆண்டுக் காலம் விகடனில் ஐந்நூற்றுக்கும் மேற்பட்ட சிறுகதைகள், நூற்றுக்கணக்கான நகைச்சுவைக் கட்டுரைகள், இருபதுக்கும் மேற்பட்ட தொடர்கள் எழுதினார்..

தேவனின் படைப்புகள் தொகுப்பு

புதினங்கள் தொகுப்பு

மைதிலி (1939)மைதிலி

மாலதி (1942) மாலதி

கோமதியின் காதலன் கோமதியின் காதலன்

துப்பறியும் சாம்பு (1942)

கல்யாணி (1944)

மிஸ் ஜானகிமிஸ் ஜானகி

ஸ்ரீமான் சுதர்ஸனம்'ஸ்ரீமான் சுதர்ஸனம்'

மிஸ்டர் வேதாந்தம் மிஸ்டர் வேதாந்தம் (1949-50)

ஜஸ்டிஸ் ஜகந்நாதன் (1953-54)ஜஸ்டிஸ் ஜகந்நாதன்

லட்சுமி கடாட்சம் (1951-5 2) லட்சுமி கடாட்சம்

ஸி.ஐ.டி. சந்துரு (1955-56)

இன்று இவர் நாளை நாம்

பயணக் கட்டுரைகள் தொகுப்ப

நடந்தது நடந்தபடியே
ஐந்து நாடுகளில் அறுபது நாள்

கட்டுரை, கதைத் தொடர்கள் தொகுப்பு

மிஸ்டர் ராஜாமணி
விச்சுவுக்குக் கடிதங்கள்
அப்பளக் கச்சேரி
பெயர்போன புளுகுகள்
ராஜத்தின் மனோரதம்
கமலம் சொல்கிறாள்
ஸரஸுவுக்குக் கடிதங்கள்
போடாத தபால்
அதிசயத் தம்பதிகள்
கண்ணன் கட்டுரைகள்
ராஜியின் பிள்ளை
மல்லாரி ராவ் கதைகள்
சின்னஞ் சிறுகதைகள்
பிரபுவே! உத்தரவு
புஷ்பக விஜயம்
சிறுகதைகள் தொகுப்பு
ஏன் இந்த அசட்டுத்தனம்
பார்வதியின் சங்கல்பம்
சீனுப்பயல்
மனித சுபாவம்
பல்லிசாமியின் துப்பு

செ. நடராஜன்செல்லம்

ஜாங்கிரி சுந்தரம்
போக்கிரி மாமா
ரங்கூன் பெரியப்பா
சொன்னபடி கேளுங்கள்
மோட்டார் அகராதி
அல்லையன்ஸ் பதிப்பகம் 'தேவ'னின் பல படைப்புகளை
வெளியிட்டுள்ளது. கிழக்குப் பதிப்பகமும் தேவனின் பல
நூல்களைச் செம்பதிப்புகளாக வெளியிட்டுள்ளது

வி. கிருஷ்ணமூர்த்தி (1925 - 2014)

வி. கிருஷ்ணமூர்த்தி (1925 -   2014)

சிறுவர் இலக்கிய எழுத்தாளர் ஆவார். வாண்டுமாமா, விசாகன், சாந்தா மூர்த்தி போன்ற புனைபெயர்களில் குழந்தைகளுக்கும் கௌசிகன் எனும் புனைபெயரில் பெரியவர்களுக்கும் எழுதி வந்தவர்.

கல்கி, பூந்தளிர், கோகுலம் போன்ற பல இதழ்களில் எழுதிய புகழ்பெற்ற எழுத்தாளர்.

அறுபது ஆண்டுகளுக்கும் மேலாக பத்திரிகைத் துறையில் பணியாற்றியவர். எழுத்தோடு ஓவியத்திலும் ஆர்வம் கொண்டவர்.

இளம் வயதிலேயே தந்தையை இழந்தவர். சிறுவயதில் இருந்தே ஓவியம் வரைவதில் ஆர்வம் கொண்டிருந்தார்.

செ. நடராஜன்செல்லம்

கௌசிகன் என்ற புனைபெயரில் பெரியவர்களுக்கு எழுதி வந்தார். ஆனந்த விகடன் இதழின் ஓவியர் மாலி இவரை சிறுவர் கதைகளை எழுதத் தூண்டினார்.

வாண்டுமாமா என்ற புனைபெயரை இவருக்கு சூட்டியவரும் இவர் தான். ஆனந்த விகடனில் இருந்து விலகிய பின்னர் திருச்சியில் இருந்து வெளிவந்த சிவாஜி என்ற பத்திரிகையின் பொறுப்பாசிரியரானார்.

இவர் எழுதிய பல நூல்கள் தமிழ்நாடு அரசின் தமிழ் வளர்ச்சித் துறையின் சிறந்த நூலுக்கான பரிசுகளைப் பெற்றிருக்கின்றன.

"தோன்றியது எப்படி" (இரண்டு தொகுதிகள்) - 1976 ஆம் ஆண்டுக்கான சிறந்த குழந்தை இலக்கிய வகைப்பாட்டில் முதல் பரிசு.

"மருத்துவம் பிறந்த கதை" - 1977 ஆம் ஆண்டுக்கான சிறந்த குழந்தை இலக்கிய வகைப்பாட்டில் முதல் பரிசு.

"நமது உடலின் மர்மங்கள்" - 1999 ஆம் ஆண்டுக்கான மருத்துவம், உடலியல், உணவியல், ஆரோக்கியம், சுகாதாரம் வகைப்பாட்டில் இரண்டாம் பரிசு.

"மருத்துவம் பிறந்த கதை" - 1977 ஆம் ஆண்டுக்கான சிறந்த குழந்தை இலக்கிய வகைப்பாட்டில் முதல் பரிசு.

"பெண்சக்தி" - 2005 ஆம் ஆண்டுக்கான பிற சிறப்பு வெளியீடுகள் வகைப்பாட்டில் பரிசு.

"பரவசமூட்டும் பறவைகள்" - 2006 ஆம் ஆண்டுக்கான சிறந்த நூல் பிற சிறப்பு வெளியீடுகள் வகைப்பாட்டில் பரிசு.

"இயற்கை அற்புதங்கள்" - 2008 ஆம் ஆண்டுக்கான சிறந்த நூல் இயற்பியல் வகைப்பாட்டில் பரிசு.

இன்று இவர் நாளை நாம்

"அன்றும் இன்றும்" - 2010 ஆம் ஆண்டுக்கான சிறந்த நூல் பொறியியல், தொழில்நுட்பம் வகைப்பாட்டில் பரிசு.

படைப்புகள் தொகுப்பு

மூன்று விரல்கள் (1991)

பைபிள் பாத்திரங்கள் (1989)

அதிசய நாய் (1988)

அழிந்த உலகம் (1988)

நெருப்புக் கோட்டை (1988)

நீலப்போர்வை (1987)

மூன்று வீரர்கள் (1983)

வரலாறு படைத்த வல்லுநர்கள் (2003)

ஷீலாவைக் காணோம்

கனவா நிஜமா

அவள் எங்கே?

வீர விஜயன்

கழுகு மனிதன் ஐடாயு

ரத்தினபுரி ரகசியம்

தங்கச் சிலை

மரகதச்சிலை

சூரியக் குடும்பம்

தோன்றியது எப்படி? (நான்கு பாகங்கள்)

விண்வெளி வாழ்க்கை

தெரிந்து கொள்ளுங்கள்

இதையும் தெரிந்து கொள்ளுங்கள்

இன்னும் தெரிந்து கொள்ளுங்கள்

மேலும் தெரிந்து கொள்ளுங்கள்

செ. நடராஜன்செல்லம்

உலகத்தின் கதை

உலோகங்களின் கதை

மருத்துவம் பிறந்த கதை

மூளைக்கு வேலை (இரண்டு பாகங்கள்)

கதைக் களஞ்சியம்

பல தேசத்துப் பண்பாட்டுக் கதைகள்

அதிசயப் பிராணிகளின் அற்புதக் கதைகள்

ஷேக்ஸ்பியர் நாடகக் கதைகள்

ஹோமரின் இலியத் - கிரேக்க புராணக் கதைகள்

நிலாக்குதிரை

புதையல் வேட்டை

உலகம் சுற்றும் குழந்தைகள் (இரண்டு பாகங்கள்)

மர்ம மனிதன்

சி.ஐ.டி சிங்காரம்

ஆடுவோமே! விளையாடுவோமே!

மலைக்குகை மர்மம்

குள்ளன் ஜாக்கு

மாய மோதிரம்

மாயச் சுவர்

தவளை இளவரசி

அரசகுமாரி ஆயிஷா

மந்திரச் சலங்கை

துப்பறியும் புலிகள்

கண்ணாடி மனிதன்

தேதியும் சேதியும்

பலே பாலுவும் பறக்கும் டிராயரும்

மர்ம மாளிகையில் பலே பாலு

<h1 align="center">இன்று இவர் நாளை நாம்</h1>

விந்தை விநோதம் விசித்திரம்

நீதிநெறி நூல்கள்

ஒளவையார் அருளிய ஆத்திசூடி விளக்கம்

ஒளவையார் அருளிய கொன்றை வேந்தன் விளக்கம்

சதுரநீதி நூல்கள் (மூதுரை, நல்வழி, நன்னெறி, உலகநீதி ஆகியவை பற்றி)

புலி வளர்த்த பிள்ளை

முன்னேற்றத்தின் முன்னோடிகள் (முதல் தொகுதி)

நாய் வளர்ப்பு

பூனை வளர்ப்பு

மீன் வளர்ப்பு

இயந்திரங்கள் இயங்குவது எப்படி?

தகவல் புதையல் (இரண்டு பாகங்கள்)

கடலோடிகள்

சரித்திரச் சம்பவங்கள்

நீங்களே செய்யலாம் (இரண்டு பாகங்கள்)

நீங்களும் மந்திரவாதி ஆகலாம்

க்விஸ் க்விஸ் க்விஸ் (இரண்டு பாகங்கள்)

பச்சைப் புகை

மான்கள்

யானைகள்

கானகத்தினுள்ளே குரங்குகள்

கானகத்தினுள்ளே மான்கள்

கானகத்தினுள்ளே விலங்குகள்

குழந்தைகளுக்கான நீதிக்கதைகள் (இரண்டு பாகங்கள்)

உலகின் பழங்குடி மக்கள்

விளையாட்டு விநோதங்கள்

செ. நடராஜன்செல்லம்

சித்திரக் கதைகள் (இரண்டு பாகங்கள்)

அதிசய நாய் ராஜாவின் சாகசங்கள்

தப்பியோடியவர்கள்

குழந்தைகளுக்கு பலதேசக் கதைகள் (ஐந்து பாகங்கள்)

வரலாறு படைத்த வல்லுநர்கள்

பாட்டி பாட்டி கதை சொல்லு

தாத்தா தாத்தா கதை சொல்லு

அம்மா அம்மா கதை சொல்லு

அப்பா அப்பா கதை சொல்லு

கதை கதையாம் காரணமாம்

பெண் சக்தி

கடல்களும் கண்டங்களும்

நிலம் நீர் காற்று

அன்றிலிருந்து இன்றுவரை (இரண்டு பாகங்கள்)

தெரியுமா தெரியுமே

வேடிக்கை விளையாட்டு விஞ்ஞானம்

அறிவியல் தகவல்கள் (மூன்று பாகங்கள்)

நமது உடலின் மர்மங்கள்

முதலுதவி

இயற்கை அற்புதங்கள்

அன்றும் இன்றும்

உலக அதிசயங்கள்

பரவசமூட்டும் பறவைகள்

வாண்டுமாமாவின் வரலாற்றுக் கதைகள்

அழகி

ஜுலேகா (இரண்டு பாகங்கள்)

பாமினிப் பாவை

இன்று இவர் நாளை நாம்

அடிமையின் தியாகம்

சுழிக்காற்று

சந்திரனே சாட்சி

மெழுகு மாளிகை

புலிக்குகை

ஒற்று உளவு சதி

டாக்டர் ராதாகிருஷ்ணன்

ராஜாஜி

ஸ்ரீமத் பாகவதம்

முன்னேற்றத்தின் முன்னோடிகள் (இரண்டாம் தொகுதி)

யோகா

எதிர்நீச்சல்

மாயாவி இளவரசன்

மேஜிக் மாலினி

மாதர்குல திலகங்கள்

பாரதப் பண்டிகைகள்

அதிசயப் பேனா

வயலின் வசந்தா